D1771539

கொரோனா வைரஸ்

கேள்விகளும் பதில்களும்

கொரோனா வைரஸ்
கேள்விகளும் பதில்களும்

இரா. மகேந்திரன் (பி. 1976)

இரா. மகேந்திரன் Ph.D., அண்ணா பல்கலைக்கழகத்தில் வேதியியலில் டாக்டர் பட்டம் பெற்ற பின் பிரான்ஸ், போர்ச்சுகல் மற்றும் தென் கொரியா உள்ளிட்ட உலக நாடுகளில் உள்ள புகழ்பெற்ற கல்வி நிறுவனங்களில் ஆய்வு அனுபவம் பெற்றவர்.

மின்னஞ்சல் : *anishmahendran2020@gmail.com*

கைபேசி எண் : 00 91 9715316532

ஜெ. பழனிவேல் (பி. 1964)

ஜெ. பழனிவேல் Ph.D., சென்னை இந்திய தொழில்நுட்ப கழகத்தில் (IIT) பயோ மெடிக்கல் இன்ஜினியரிங் பிரிவில் எம்.டெக்., பட்டமும், நான் லீனியர் இயக்கவியலில் டாக்டர் பட்டமும் பெற்றவர்.

மின்னஞ்சல் : *jpalanivelcnld@gmail.com*

கைபேசி எண்: 00 91 9952537281

இரா. மகேந்திரன்
ஜெ. பழனிவேல்

கொரோனா வைரஸ்
கேள்விகளும் பதில்களும்

காலச்சுவடு பதிப்பகம்

அன்பார்ந்த வாசகருக்கு,

வணக்கம்.

காலச்சுவடு நூலை வாங்கியமைக்கு நன்றி.

நூலின் உள்ளடக்கம், உருவாக்கம், அட்டைப்படம் இன்ன பிற அம்சங்கள் பற்றிய உங்கள் கருத்துகளையும் ஆலோசனைகளையும் காலச்சுவடு வரவேற்கிறது. தகவல், எழுத்து, வாக்கியப் பிழைகள் தென்பட்டால் கட்டாயம் தெரிவித்து உதவுங்கள். நூல் தயாரிப்பில் கடும் குறைபாடு இருப்பின் மாற்றுப் பிரதி உங்களுக்குக் கிடைக்கக் காலச்சுவடு ஏற்பாடு செய்யும்.

மின்னஞ்சல்: publisher@kalachuvadu.com

காலச்சுவடு நாகர்கோவில் தலைமையகத்துக்கும் கடிதம் அனுப்பலாம்.

தங்கள்
எஸ்.ஆர். சுந்தரம் (கண்ணன்)
பதிப்பாளர் — நிர்வாக இயக்குநர்

கொரோனா வைரஸ் கேள்விகளும் பதில்களும் ✦ மருத்துவம் ✦ ஆசிரியர்: இரா. மகேந்திரன், ஜெ. பழனிவேல் ✦ © R. மகேந்திரன், J. பழனிவேல் ✦ முதல் பதிப்பு: டிசம்பர் 2021 ✦ வெளியீடு: காலச்சுவடு பப்ளிகேஷன்ஸ் (பி) லிட்., 669, கே.பி. சாலை, நாகர்கோவில் 629001

காலச்சுவடு பதிப்பக வெளியீடு: 1039

koroonaa vairas keeLvikaLum patilkaLum ✦ Medicine ✦ Author: R. Mahendran, J. Palanivel ✦ ©. R. Mahendran, J. Palanivel ✦ Language: Tamil ✦ First Edition: December 2021 ✦ Size: Demy 1 x 8 ✦ Paper: 16 kg maplitho ✦ Pages: 152

Published by Kalachuvadu Publications Pvt. Ltd., 669 K.P. Road, Nagercoil 629001, India ✦ Phone: 91-4652-278525 ✦ e-mail: publications@kalachuvadu.com ✦ Printed at Mani Offset, Chennai 600077

ISBN: 978-93-5523-069-0

12/2021/S.No. 1039, kcp 3307, 16 (1) usss

கோவிட்-19 நோய்த்தொற்றுக்கு
எதிராகப் பணியாற்றிவரும்
முன்களப் பணியாளர்களுக்கு

பொருளடக்கம்

முன்னுரை 13

பகுதி I வைரஸ் – ஒரு கண்ணோட்டம்

1. வைரஸ் என்றால் என்ன? முதன்முதலில் வைரஸ் எவ்வாறு கண்டறியப்பட்டது? 19
2. வைரஸ்கள் முதன்முதலில் எப்போது தோன்றின? 22
3. வைரஸ்களுக்கு எவ்வாறு பெயர் சூட்டப்படுகிறது? 21ஆம் நூற்றாண்டில் குறிப்பிடத்தக்க வைரஸ் தொற்றுநோய்கள் யாவை? 24
4. ராட்சத வைரஸ்கள் 'உயிரிகளின் நான்காவது களமாக' இருக்கிறதா? 29
5. ஜூனோடிக் நோய் என்றால் என்ன? எந்த வகையில், ஜூனோடிக் நோய்கள் சுற்றுச்சூழல் காரணிகளுடன் தொடர்புடையவைகளாக இருக்கின்றன? 32
6. விலங்குகளிடமிருந்து பரவும் நோய்த்தொற்றுகள் ஏன் மனித குலத்திற்கு மிகவும் ஆபத்தானவையாக உள்ளன? 34
7. தொற்றுநோயின் 'முதல் நோயாளி' என்பவர் யார்? 36
8. ஆன்டிஜெனிக் ஷிப்ட் என்றால் என்ன? ஒரு வைரஸ் மற்றொரு வைரஸுடன் இணைந்து புதிய வைரஸை உருவாக்குமா? 37
9. ஆய்வகத்தில் வைரஸைத் தயாரிக்க முடியுமா? வைரஸ்கள் எவ்வாறு படிகமாக்கப்படுகின்றன? 39
10. தொற்றுநோய்கள் ஏன் 'அலை' வடிவங்களில் வருகின்றன? 42

பகுதி II கொரோனா வைரஸ்

11. மனிதர்களைத் தாக்கும் கொரோனா வைரஸ்கள் யாவை? அவை எவ்வாறு வகைப்படுத்தப்பட்டுள்ளன? 47

12. சார்ஸ்–கோவிட்–2 என்றால் என்ன? இவை எங்கிருந்து வந்ததாகக் கருதப்படுகின்றன? மற்ற கொரோனா வைரஸ்களைவிட சார்ஸ்–கோவிட்–2 ஏன் மிகவும் ஆபத்தானது? 49

13. சார்ஸ்–கோவிட்–2 கொரோனா வைரஸ் நம் உடலில் பரவி கோவிட்–19 நோயை எவ்வாறு உருவாக்குகிறது? 54

14. மரபணுப் பிறழ்வுகள் என்றால் என்ன? கொரோனா வைரஸில் ஏற்பட்ட பிறழ்வுகள் யாவை? 57

15. தடுப்பூசி என்றால் என்ன? இது கோவிட்–19 சிகிச்சையில் எவ்வாறு பயன்படுத்தப்படுகிறது? 60

16. தடுப்பூசித் துணை என்றால் என்ன? இது எவ்வாறு செயல்படுகிறது? 63

17. மனிதர்களிடமிருந்து விலங்குகளுக்கு கொரோனா தொற்று பரவுமா? 65

18. கொரோனா தொற்றைக் கண்டறியத் தற்போது நடைமுறையில் உள்ள பரிசோதனைகள் யாவை? 67

19. கோவிட்–19 எதிர்ப்பு சிகிச்சையில் 2–டி.ஜி. (2–டியோக்ஸி–டி–குளுக்கோஸ்–2DG) மருந்து எவ்வாறு பயன்படுகிறது? 70

20. கோவிட்–19 சிகிச்சையில் செயற்கை நுண்ணறிவு எவ்வாறு பயன்படுத்தப்படுகிறது? 72

21. பிளாஸ்மா சிகிச்சை என்றால் என்ன? அது கோவிட்–19 சிகிச்சையில் எவ்வாறு பயன்படுகிறது? 75

22. சைட்டோகைன் புயல் என்றால் என்ன? கோவிட்–19 சிகிச்சையில் இதன் தாக்கங்கள் என்ன? 77

23. மியூகோமைக்கோசிஸ் என்றால் என்ன? மியூகோமைக்கோசிஸை உருவாக்கும் காரணிகள் யாவை? 79

24. நம் நாட்டு மருத்துவ மூலிகைகள் வைரஸ் தடுப்பு மருந்தாக எவ்வாறு பயன்படுத்தப்படுகின்றன? 81

25. கொரோனா வைரஸின் பரவலைத் தடுப்பதில் கபசுரக் குடிநீரின் பங்கு என்ன? 84

26. நானோ தொழில்நுட்பம் என்றால் என்ன?
கோவிட்-19 சிகிச்சையில் நானோ
தொழில்நுட்பத்தின் பங்கு என்ன? 87

27. கோவிட்-19 சிகிச்சையில் நவீன தொழில்நுட்பங்கள்
(டி.என்.ஏ ஓரிகமி, உயிர் உணரிகள், அதி நுண்
இயந்திரங்கள், ஒளி இயக்கவழி சிகிச்சை ஆகியவை)
எவ்வாறு பயன்படுத்தப்படுகின்றன? 90

28. கோவிட்-19ஐக் கண்டறிவதற்கு உயிர் உணரிகள்
எவ்வாறு பயன்படுத்தப்படுகின்றன? 92

29. ஒருவரின் ரத்த வகை கொரோனா வைரஸ்
தொற்றைப் பாதிக்குமா? 95

30. அதிதீவிர தொற்றுப் பரப்பாளர் என்பவர் யார்?
அவர் எவ்வாறு கொரோனா வைரஸைப் பரப்புகிறார்? 97

31. கொரோனா வைரஸ்கள் எவ்வளவு வேகமாக
உருமாறுகின்றன? 100

32. கொரோனா வைரஸ் காய்ச்சலுக்கும் சாதாரண
காய்ச்சலுக்கும் உள்ள வேறுபாடுகள் என்ன? 102

33. கொரோனா வைரஸின் டெல்டா, டெல்டா பிளஸ்
ஆகிய பிறழ்வுகளில் உள்ள வேற்றுமைகள் என்ன?
இந்த அலை முடிந்த பின் கோவிட்-19 பருவகால
நோயாக மாறுமா? 103

34. பிறழ்வுகள் தடுப்பூசிகளின் செயல்திறனை
எவ்வாறு பாதிக்கின்றன? கோவிட்-19இன் டெல்டா
மாறுபாட்டிற்கு எதிராகத் தடுப்பூசிகளின்
திறன் என்ன? 107

35. பிற வைரஸ்களுடனான தொடர்பின் மூலம் சார்ஸ்-
கோவிட்-2இன் நகலெடுப்பை நிறுத்த முடியுமா? 111

36. சார்ஸ்-கோவிட்-2 வைரஸ் பரவுவதைப்
பருவநிலை எவ்வாறு பாதிக்கிறது? 112

37. ஸ்மார்ட் போன்கள் மூலம் கொரோனா
வைரஸ் பரவுமா? 113

38. காற்றில் உள்ள தாவர மகரந்தங்கள் மூலம் சார்ஸ்-
கோவிட்-2 பரவ வாய்ப்பு உள்ளதா? 115

39. கொரோனா வைரஸ் தொற்றைக் கட்டுப்படுத்தும்
சமூக கூட்டு நோயெதிர்ப்புத் திறன்
இந்தியாவில் உருவாவது சாத்தியமா? 117

40. கொரோனா வைரஸ் பற்றிய வதந்திகளும் மற்றும்
உண்மைகளும் யாவை? 119

பகுதி III கொரோனா வைரஸின் தாக்கங்கள்

41. சமூக முடக்கம் காரணமாக ஏற்பட்ட நன்மை பயக்கும் விளைவுகள் விளைவுகள் யாவை? 125

42. இந்தப் பெருந்தொற்று எந்த வகையில் நமது உளவியல், சமூக நடத்தையை மாற்றியது? 128

43. கோவிட்–19இன் பரவலால் சுற்றுப்புறச் சூழ்நிலையில் ஏற்பட்டுள்ள மாற்றங்கள் என்ன? 130

44. பயன்படுத்திய முகக்கவசங்கள் எவ்வாறு நமது சூழலைப் பாதிக்கின்றன? 133

45. ஒலி மாசுபாட்டைக் குறைத்ததில் பொது முடக்கத்தின் பங்கு என்ன? 136

46. உணவுக் கழிவுகளைக் குறைத்ததில் கோவிட்–19 பொது முடக்கத்தின் தாக்கம் என்ன? 138

47. காற்று மாசுபாடு குறைந்ததில் கோவிட்–19 பொது முடக்கத்தின் பங்கு என்ன? 139

48. நீர் மாசுபாடு குறைந்ததில் கோவிட்–19இன் பங்கு என்ன? 141

49. எதிர்காலத் தொற்றுநோய்களை எவ்வாறு நாம் தடுக்கலாம்? 143

50. இந்தப் பெருந்தொற்றுக்குப் பிறகு நமது வாழ்க்கை எப்படி இருக்கும்? 146

References 149

முன்னுரை

மனித குலத்தின் நலத்திற்குப் பெரும் சவாலாக உருவெடுக்கும் பெருந்தொற்றுகள், சில நூற்றாண்டுக்கு ஒருமுறை வந்துபோவதை, வரலாற்றுக் குறிப்புகளிலிருந்து அறிய முடிகிறது. நாம் வாழும் இந்த நூற்றாண்டில், கொரோனா வைரஸ் தொற்று, 2019 டிசம்பர் மாதம் சைனாவில் உள்ள வுஹான் மாகாணத்தில் முதல்முதலாகக் கண்டறியப்பட்டதாகக் கூறப்பட்டு, பின் உலக மெங்கும் பரவி, பல உயிர்களைப் பலி கொண்டது. இதைத் தொடர்ந்து, 2020ஆம் ஆண்டு மார்ச் 11ஆம் தேதி, உலக சுகாதார அமைப்பு, கோவிட்–19 தொற்றுநோயை, 'உலகளாவிய பெருந்தொற்றாக' அறிவித்தது. தொற்றின் வீரியம் மனித உயிர்களை மட்டுமின்றி, உலகப் பொருளாதாரத்தையும் வீழ்ச்சியடையச் செய்தது. ஏழைஎளிய மக்களின் வாழ்வாதாரத்தையும் சிதைத்துப்போட்டது. கொரோனா இரண்டாவது அலையில் இந்தியா சந்தித்த இழப்பு மட்டும் ரூ. 5.4 லட்சம் கோடிகள். உலக அளவில் கொரோனா பெருந்தொற்றால் ஏற்பட்ட பொருளாதாரச் சரிவை மீட்டெடுக்கச் செலவிடப்பட்ட தொகை 11,70,000 கோடி அமெரிக்க டாலர்கள்.

படித்தவர் முதல் பாமரர்வரை பேசு பொருளானது கொரோனா வைரஸ். கூகிள் இணையத் தேடலில், 2020ஆம் ஆண்டு மட்டும்

தேடப்பட்ட கேள்விகளில் மிக அதிக எண்ணிக்கையிலான கேள்வி, 'வைரஸ் என்றால் என்ன?' என்பது தான். உலகைப் புரட்டிப்போட்ட இந்த வைரஸ் பற்றி ஒவ்வொருவரும் தெரிந்துகொள்ள ஆர்வம் காட்டுவது இயல்பே. சமூகத்தின் இந்த ஆர்வத்தால் ஊடகங்களில் கொரோனா வைரஸ் பற்றி அதிக அளவிலான தகவல்கள் வெளியாகின்றன. வைரஸ் பற்றிய தவறான, அதிகாரப்பூர்வமில்லாத தகவல்களும் காட்டுத்தீ போல் பரவி, மக்களிடையே குழப்பத்தையும் தேவையற்ற அச்சத்தையும் விளைவிக்கின்றன. இதனால் வேதனை அடைந்த உலக சுகாதார அமைப்பின் தலைவர் டெட்ரோஸ் அதானோம் "நாங்கள் நோயை எதிர்த்துப் போராடுவதைவிடப் போலிச் செய்திப் பரவலை எதிர்த்துப் போராடுவதில் அதிக கவனம் செலுத்த வேண்டியுள்ளது" என்று கூறினார்.

உலகின் பல ஆய்வு நிறுவனங்களும் பல்கலைக்கழகங்களும் இன்று வைரஸ் பற்றிய ஆய்வுகளில் தீவிரமாக ஈடுபட்டிருக்கின்றன. பல ஆய்வுக் கட்டுரைகள் வெளியாகிவருகின்றன. வைரஸ்களின் தோற்றம், மனிதர்களிடத்திலும் விலங்குகளிடத்திலும் இந்த வைரஸ்கள் உருவாக்கும் பாதிப்புகள், வைரஸ் பரவல், தடுப்பு முறைகள், எதிர்காலத் தொற்றுச் சாத்தியங்கள் போன்றவை குறித்த அறிவியல் அடிப்படையிலான நம்பகமான தகவல்களைச் சமூகத்திற்குக் கொண்டுசேர்த்தல் இத்தருணத்தில் மிகமிக அவசியமாகிறது.

இந்தத் தேவையை உணர்ந்து, மக்களிடையே கொரோனா தொற்று பற்றிய விழிப்புணர்வை ஏற்படுத்தும் முயற்சியே இந்த நூல். சமூகத்தின் எல்லாப் பிரிவினரையும், குறிப்பாக, பள்ளி, கல்லூரிகளில் பயிலும் இளைய தலைமுறையினரை மனதில் கொண்டு எளியநடையில் இந்த நூலைத் தொகுத்திருக்கிறோம். நூலில் உள்ள தகவல்கள், உலகத் தரம் வாய்ந்த நம்பகமான ஆய்விதழ்களில் வெளியான ஆய்வுக் கட்டுரைகளிலிருந்தும், அதிகாரப்பூர்வமான வலைதளங்களிலிருந்தும் பெற்றவை. கொரோனாத் தொற்று பற்றி நம் மனதில் பொதுவாக எழும் கேள்விகளுக்கு இந்த நூல் விடையளிக்க முயல்கிறது. வைரஸ், நோய்த்தொற்று பற்றிய தெளிவைச் சமூகத்தில் உருவாக்குவதே நூலாசிரியர்கள் நோக்கம்.

நூல் ஆக்கத்தில் ஊக்கமளித்த உயர் நீதிமன்ற முன்னாள் நீதிபதி, உயர்திரு. A. ராமமூர்த்தி அவர்களுக்கும், முனைவர் S.N. ராமசாமி அவர்களுக்கும் எங்கள் மனமார்ந்த நன்றி. நூலில்

பிழைகளைத் திருத்தியும், ஓவியங்கள் வரைந்தும் உதவி புரிந்த பூ. சுதா அவர்களுக்கு மிக்க நன்றி. இப்புத்தகத்தின் அட்டைப் பக்கத்தை வடிவமைத்த ப. சங்கரி அவர்களுக்கு மிக்க நன்றி. இந்த நூல் சிறப்புற வர உதவி செய்த பூ. சத்திய நாராயணன், ப. தீபிகா, ப. அருள் செல்வி, வெ. ஜெயராம், செல்வன். ம. அனிஷ், ச. தனிஷா அவர்களுக்கும் எங்கள் மனமார்ந்த நன்றி. இந்நூலைச் சிறந்த முறையில் உருவாக்கிக் கொடுத்திருக்கும் காலச்சுவடு பதிப்பகத்திற்கு எங்கள் உளமார்ந்த நன்றி.

தஞ்சாவூர்
22-09-2021

இரா. மகேந்திரன்
ஜெ. பழனிவேல்

பகுதி I
வைரஸ் – ஒரு கண்ணோட்டம்

1

வைரஸ் என்றால் என்ன? முதன்முதலில் வைரஸ் எவ்வாறு கண்டறியப்பட்டது?

வைரஸ் என்பது, செல்களற்ற, புரதங்களாலும் மரபணுக்களாலும் ஆன உயிரற்ற நுண்கிருமி. எவையெல்லாம் வளர்சிதை மாற்றமடையும் பண்புகளைக் கொண்டவையோ, அவை மட்டுமே 'உயிரினம்' என்று அடிப்படை உயிரியல் கொள்கை வரையறுக்கிறது. வைரஸ்கள் வளர்சிதை மாற்றம் தொடர்பான மரபணுக்களைக் குறியாக்கம் செய்யும் திறனற்றவை. ஆகவே வைரஸ்கள் தனியாக இனப்பெருக்கம் செய்வதில்லை. அவை பல்கிப் பெருக, தாவரம், விலங்கு, மனிதன் போன்ற உயிரிகளின் செல் தேவைப்படுகிறது. மரபணுப் பரவல் அடிப்படையில் வைரஸ்கள் வரையறுக்கப் படுகின்றன. வைரஸ் என்ற சொல், 'விஷம்' என்று பொருள்படும் லத்தீன் வார்த்தையிலிருந்து தோன்றியது. வைரஸ்கள் கண்ணுக்குப் புலப்படாத மிக நுண்ணிய கிருமிகள். கொரோனா வைரஸின் அளவு சுமார் 65 நானோ மீட்டரிலிருந்து 125 நானோ மீட்டர்வரை காணப்படுகிறது.

வைரஸ்கள், அவற்றின் மரபணுத் தகவல்களை டி.என்.ஏ. அல்லது ஆர்.என்.ஏ. எனப்படும் அமினோ அமிலங்களில் சேமிக்கின்றன. டி.என்.ஏ. அமிலங்களிலிருந்தே முதல் வைரஸ் தோன்றி யிருக்கலாம் என்றும் கருதப்படுகிறது. உயிரினங்களின் செல்களில் முக்கியப் பங்கு வகிக்கும் "ரிபோசோம்கள்" வைரஸ்களில் இல்லாதலால், அவை உயிரற்றவை என்று கொள்ளப்படுகிறது. மனிதர்களின் மரபணு டி.என்.ஏ. வைரஸிலிருந்து உருவானதாகக் கருதப்படு கிறது. ஆகவே, வைரஸ்களை நமது முன்னோர்கள் என்றால் அது மிகையல்ல. டச்சு நுண்ணுயிரியல்

ஆய்வாளர் மார்டினஸ் பெய்ஜெரின்க், பல வைரஸ்களை முதன் முதலில் கண்டுபிடித்து 'வைராலஜி' எனும் தனித் துறையை நிறுவினார். இவரே வைராலஜியின் தந்தை என்றும் போற்றப்படுகிறார். புகையிலை வைரஸை 'ஊசி' போன்ற படிகங்களாக்கி 1950இல் வேதியலுக்கான நோபல் பரிசு பெற்றார் ஆராய்ச்சியாளர் ஸ்டான்லி.

வைரஸின் அளவையும் வடிவத்தையும் 1931ஆம் ஆண்டில் ஏர்னஸ்ட் ருஸ்கா, மேக்ஸ் நோல் ஆகியோர் எலக்ட்ரான் நுண்நோக்கி கொண்டு படம்பிடித்தனர். இதைத் தொடர்ந்து, அதுவரை நத்தை வேகத்தில் இருந்த வைரஸ் பற்றிய ஆய்வுகள் வேகம் எடுத்தன. நமது மரபணுவில் உள்ள டி.என்.ஏ. இழைகள் பண்டைய கால வைரஸிலிருந்து வந்ததாகக் கருதப்படுகின்றன. இதனால் தான் வைரஸ்கள் நமது முன்னோர்கள் என்ற கருத்து உருவானது. பண்டைய மனிதனின் பற்களிலிருந்து பிரித்தெடுக்கப் பட்ட டி.என்.ஏ. ஆய்வின்படி, மஞ்சள் காமாலை ஏற்படுத்தும் ஹெபடைடிஸ் பி வைரஸ், கடந்த 7,000 ஆண்டுகளாக மனிதனுக்குப் பாதிப்பை ஏற்படுத்திவருவது கண்டறியப்பட்டது.

வைரஸ்கள் சுமார் 20 நானோமீட்டர்முதல் 750 நானோ மீட்டர்வரை காணப்படுகின்றன. உதாரணமாக, போலியோ வைரஸ் 20 நானோமீட்டர் அளவும் மற்றும் மிமி வைரஸ் 750 நானோமீட்டர் அளவும் உள்ளவை. கடந்த 15 ஆண்டுகளில் மிமி வைரஸ் போன்ற நூற்றுக்கணக்கான மாபெரும் வைரஸ்கள் கண்டுபிடிக்கப்பட்டிருக்கின்றன. 'நானோ' என்பது 100 கோடியில் ஒரு பகுதி ஆகும். ஒரு மனித செல்லைவிட நானோ பொருட்களின் அளவு ஆயிரம் மடங்கு சிறியதாகும். ஒரு நானோ மீட்டர் என்பது எந்த அளவு சிறியது என்பதை இங்கு பார்ப்போம். ஒரு செய்தித்தாள் காகிதம் சுமார் 1,00,000 நானோமீட்டர் தடிமன் உள்ளது. நமது ஒரு முடி சுமார் 80,000 – 1,00,000 நானோ மீட்டர் அகலம் கொண்டது. நமது டி.என்.ஏ.வின் ஒரு இழை சுமார் 2.5 நானோமீட்டர் விட்டம் கொண்டதாகவும் உள்ளது. இன்னும் குறிப்பிட்டுச் சொல்ல வேண்டுமானால், நமது விரல் நகம் ஒரு வினாடியில் வளரும் வேகம் ஒரு நானோமீட்டர் ஆகும்.

பெர்க் என்ற அறிஞர் தன் ஆய்வில் ஒரு மில்லி லிட்டர் (20 சொட்டுக்கள்) கடல் நீரில், தோராயமாக ஒரு கோடி வைரஸ்கள் இருப்பதைக் கண்டறிந்தார். கடல் நீரில் மிக அதிக அளவு காணப்படும் வைரஸ்கள் நீர்ச்சுழலில் உள்ள கொடிய பாக்டீரியாக்களைத் தொற்றி அழிக்கின்றன. கடலில் கார்பன் மறு சுழற்சிக்கும், கடல் வாழ் உயிரிகளின் அழிவிற்குக் காரணமான பாசித்திரளை அளிப்பதிலும் வைரஸ்கள் பெரும் பங்கு வகிக்கின்றன. குறிப்பாக, பெருங்கடல்களில் காற்றோட்டத்தை மேம்படுத்துவதன்

மூலம் வளி மண்டலத்தில் உள்ள கார்பன் டை ஆக்ஸைடின் அளவைக் குறைப்பதற்கும் வைரஸ்கள் உதவுகின்றன. கடலில் உள்ள வைரஸ்கள் ஆண்டுதோறும் சுமார் மூன்று லட்சம் கோடி கிலோ அளவு காற்றில் உள்ள கார்பன் டை ஆக்ஸைடைக் குறைக்கின்றன. முக்கியமாக, கங்கை ஆற்றில் உள்ள பாக்டீரியோபேஜ்கள், இந்த ஆற்றில் உள்ள கொடிய பாக்டீரியாக்களை அழித்துத் தூய்மைப் படுத்துவதாக சமீபத்திய ஆய்வில் தெரியவந்துள்ளது. இந்த பாக்டீரியோபேஜ்கள் என்பது பாக்டீரியாவைக் கொல்லும் ஒரு வகையான வைரஸ். 1896இல் பாக்டீரிய ஆராய்ச்சியாளர் எர்னெஸ்ட் ஹாங்கின் கங்கை நீரை ஆய்வுசெய்தார். அப்போது, அவர் காலரா நோயை உண்டாக்கும் பாக்டீரியாக்கள் கங்கையில் கலப்பதற்கு முன் உள்ள நீரில் இருந்ததையும், கலந்த பின்பு அந்த பாக்டீரியாக்கள் நீரில் இல்லாததையும் கண்டுபிடித்தார். கங்கை நதியில் பாக்டீரியோபேஜ்கள் எண்ணிக்கை பாக்டீரியாக்களின் எண்ணிக்கையைவிடச் சுமார் 3 மடங்கு அதிகமாக இருப்பதும் ஆய்வில் தெரியவந்தது.

2

வைரஸ்கள் முதன்முதலில் எப்போது தோன்றின?

பொதுவாக உயிரிகளின் தோற்றம் பற்றிய ஆய்வில், பல்லாயிரம் ஆண்டுகளுக்கு முன் புதைந்து போன புதை படிவங்கள் பயன்படுத்தப்படுகின்றன. வைரஸ்கள் புதை படிவங்களை உருவாக்குவதில்லை. எனவே, இவற்றின் தோற்றம் பற்றிய செய்திகள், மூலக்கூறு தொழில்நுட்ப ஆய்வின் வழியே கிடைக்கப் பெற்றவையே. 1980ஆம் ஆண்டு டிமிட்ரி இவனோவ்ஸ்கி எனும் தாவரவியலாளர் புகையிலையைத் தாக்கும் நோய் பற்றிய ஆய்வின் போது, ஒரு ‘நுண்கிருமியை’க் கண்டறிந்தார். பிறகு 1990களில் மார்டினஸ் பெய்ஜென்ரிக், அந்த நுண்கிருமி பாக்டீரியாவைவிடச் சிறிய நுண்பொருள் என்பதை தனது ஆய்வுகளின் மூலம் நிறுவி, அந்த நுண்பொருளுக்கு “வைரஸ்” என்று பெயரிட்டார்.

பல ஆண்டுகள் நடந்த ஆய்வுகளின் அடிப்படையில், வைரஸின் தோற்றம், பரிணாம வளர்ச்சி ஆகியவை பற்றிக் கீழ்காணும் கருத்துகள் உருவாயின:

(i) வைரஸ்கள் தற்போதய செல் உயிரிகளுக்கு முந்தியவை.

(ii) வைரஸ்கள் செல் உயிரிகளின் எச்சம்.

(iii) செல்களுக்கிடையே நகரும் திறனைப் பெற்ற மரபணு கூறுகளிலிருந்து வைரஸ்கள் உருவாகின.

மேலும் சில ஆய்வுகள், உலகின் முதல் உயிரின் நவீன வடிவங்களான, பாக்டீரியா, ஆர்ச்சியா, யூகாரியா போன்றவற்றிலிருந்து வைரஸ்கள் பிறந்திருக்கலாம் என்ற கருத்தையும் முன்வைக்கின்றன.

வைரஸ்கள் பற்றிய கருதுகோள்கள்

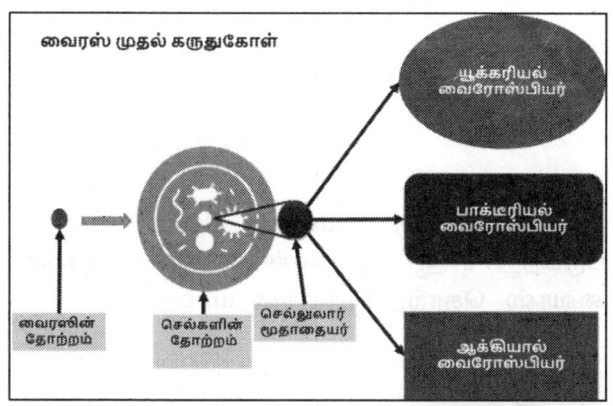

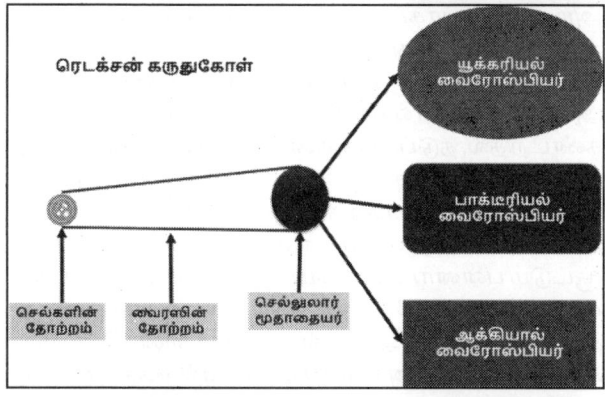

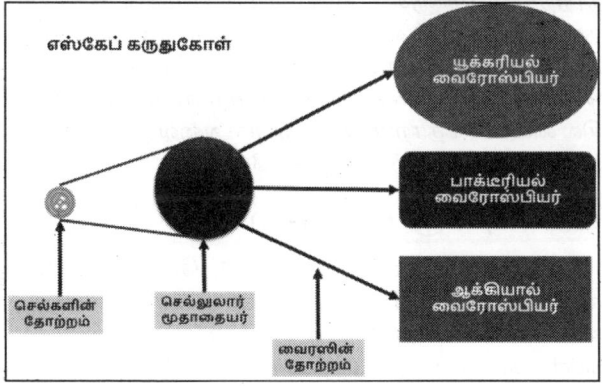

3

வைரஸ்களுக்கு எவ்வாறு பெயர் சூட்டப் படுகிறது? 21ஆம் நூற்றாண்டில் குறிப்பிடத்தக்க வைரஸ் தொற்றுநோய்கள் யாவை?

வைரஸ்கள் முதலில் கண்டறியப்பட்ட ஊர், மரபணுத் தன்மை, அதன் வளர்ச்சி இவற்றை அடிப்படையாகக் கொண்டு அவற்றுக்குப் பெயர் சூட்டப்படுகிறது. வைரஸ்களால் உண்டாகும் நோய்த்தொற்றுகளும், வைரஸ் பெயராலேயே அடையாளம் காணப்படுகின்றன. நோய்த்தொற்றைக் கண்டறிதல், தடுப்பூசிகளின் பயன்பாடு, தொற்றுக்கு எதிரான மருந்துகளை உருவாக்குதல் இவை யெல்லாம் நடப்பதற்கு வைரஸ் பெயர் சூட்டல் அவசியமாகிறது. லண்டனில் உள்ள வைரஸ் பெயர் சூட்டும் பன்னாட்டு அமைப்பு (International Committee on Taxonomy of Viruses) வைரஸ் பெயர்களைத் தீர்மானிக்கிறது. ஆனால், நோய்களின் பெயரை உலக சுகாதார அமைப்புதான் அறிவிக்கிறது. சில நூற்றாண்டுகளுக்கு ஒரு முறை எழுந்து கோரத் தாண்டவமாடும் வைரஸ் நோய்த்தொற்றுகள், மனித குலத்திற்கும் விலங்கினங்களுக்கும் பெரும் உயிர்ச் சேதத்தை உருவாக்கிச் செல்கின்றன. முக்கியமான சில வைரஸ் தொற்றுகள் பற்றியும் அவை ஏற்படுத்திய உயிர்ச்சேதம் பற்றியும் காண்போம்.

ஸ்பானிஷ் ப்ளூ (1918–1920)

உலக அளவில் சுமார் 5 கோடிப் பேர் ஸ்பானிஷ் ப்ளூ நோயால் மாண்டனர். அன்றைய உலக மக்கள் தொகையில் 5% பேர் பலியானதாகக் கணிக்கப்பட்டது. இந்தியாவில் மட்டும் சுமார் 1.8 கோடி மக்கள் இந்த நோய்த் தோற்றால்

மடிந்தனர் (6%). அரிதானதாகக் கருதப்படும் ஸ்பானிஷ் ப்ளூ வைரஸ், இளம் வயதினரையும், ஆரோக்கியமானவர்களையும் குறிவைத்தது. அதிர்ஷ்டவசமாக, மகாத்மா காந்தி (வயது 48) குஜராத்தில் உள்ள அவரது ஆசிரமத்தில் இருந்தபோது, ஸ்பானிஷ் ஃப்ளூ வைரஸ் தொற்றுக்கு ஆளாகி, பின்பு குணமடைந்தார் எனக் குறிப்பிடப்பட்டுள்ளது. இந்தத் தொற்று, பிளாக் டெத்திற்குப் (1346–1353) பிறகு ஏற்பட்ட மிக மோசமான உலகளாவிய தொற்றுநோயாகும்.

பறவைக் காய்ச்சல்

எச்5என்1 எனும் இந்த இன்ஃப்ளூயன்சா வைரஸ், பறவைகளின் மூச்சுக் குழாயில் தொற்றை ஏற்படுத்திப் பறவைக் காய்ச்சல் என்ற நோயை உண்டாக்குகிறது. இந்த வைரஸ் பொதுவாகப் பறவைகளிடையேதான் காணப்படுகிறது. மனிதர்கள், தொற்றுள்ள அப்பறவைகளுடன் தொடர்பில் இருந்தால், இது மனிதர்களுக்கும் பரவி நோய்த்தொற்றை ஏற்படுத்துகிறது. இந்தியாவில், 2006 முதலே இருந்துவரும் இந்தப் பறவைக் காய்ச்சலால் இதுவரை 25 முறை கோழிகளும் பிற பறவை இனங்களும் பாதிக்கப்பட்டுள்ளன. குறிப்பாக, இந்த வைரஸால் ராஜஸ்தானில் மட்டும் 400க்கும் மேற்பட்ட பறவைகள் உயிரிழந்தன.

பன்றிக்காய்ச்சல் (எச்1என்1)

இன்ப்ஃளூயன்ஸா வைரஸால் உருவாவதுதான் ஸ்வைன் ப்ளூ என்று அழைக்கப்படும் பன்றிக்காய்ச்சல். இது பன்றிகளின் மூச்சுக் குழாயில் தொற்று எற்படுத்தும் வைரஸ். பன்றிகளுக்குள் பரவ வேண்டிய இந்த வைரஸானது சில நேரங்களில் மனிதர்களுக்குப் பரவத் தொடங்குகிறது. அதனால் இது பன்றிக்காய்ச்சல் என்று அழைக்கப்படுகிறது. பன்றிகளைக் கையாண்ட ஊழியர்கள், கால்நடை மருத்துவர்கள் உள்ளிட்டோருக்குப் பாதிப்பை ஏற்படுத்தி, பொதுமக்களுக்கும் பரவியது. 2009–10களில், இந்த வைரஸ் உலகமெங்கும் பரவியதால் சுமார் 18 ஆயிரம் பேர் வரை உயிரிழந்தனர்.

மத்தியக் கிழக்கு சுவாச பாதிப்பு நோய் (மெர்ஸ்)

இது ஒரு ‘புதிய’ கொரோனா வைரஸ். இது நமது சுவாசக் குழாயில் தீவிரத் தொற்றை உண்டாக்கக்கூடிய அபாயகரமான வைரஸ். முதன்முதலில் இது சவுதி அரேபியாவில் 2012ஆம் ஆண்டு கண்டுபிடிக்கப்பட்டது. இந்தத் தொற்று, ஒட்டகங்களிலிருந்து நேரடியாக / மறைமுகமாகத் தொடர்பில் இருக்கும் மனிதர்களுக்குப் பரவியதாக நம்பப்படுகிறது.

நிபா வைரஸ்

இந்த வைரஸ் மலேசியாவில் உள்ள 'நிபா' என்ற கிராமத்தில் முதன்முதலில் கண்டறியப்பட்டது. 1998ஆம் ஆண்டு அங்குள்ள ஒரு பண்ணையில் பன்றிகளை மேய்ப்பவர்கள் 'என்செபாலிடிஸ்' என்ற நோயால் பாதிக்கப்பட்டபோதுதான் இந்த வைரஸ் கண்டுபிடிக்கப்பட்டது. இது பழந்தின்னி வவ்வால்கள், பன்றிகள் மூலம் மனிதர்களுக்குப் பரவியதாக ஆய்வின் மூலம் உறுதி செய்யப்பட்டது. 2018இல், இந்த நிபா வைரஸ் கேரளாவில் இரண்டு மாவட்டங்களில் வேகமாகப் பரவி 17 பேரின் உயிரிழப்புக்குக் காரணமாகியது. நிபா வைரஸ் அணில்கள், வவ்வால்கள் மூலம் பரவும் என்பதால் அணில்கள், வவ்வால்கள் கடித்த பழங்களை சாப்பிடுவதைத் தவிர்க்க வேண்டும் என்று கேரள மாநில அரசு அப்போது எச்சரிக்கை விடுத்தது.

எபோலா வைரஸ்

தற்போது உலகையே அச்சுறுத்திக்கொண்டிருக்கும் சார்ஸ்-கோவிட்-2 வைரஸ் போன்றே சில வருடங்களுக்கு முன்பு ஆப்பிரிக்க நாடுகளை எபோலா வைரஸ் ஆட்டிப்படைத்தது. உலக சுகாதார நிறுவனத்தின் அறிக்கையின்படி, எபோலா வைரஸ் முதன்முதலில் 1976இல் பரவியதாகக் கூறப்படுகிறது. முதன்முதலில் காங்கோ நாட்டில் உள்ள எபோலா நதி அருகே உள்ள ஒரு கிராமத்தில் தோன்றியதால் இதற்கு "எபோலா வைரஸ்" எனப் பெயரிடப்பட்டது. பழந்தின்னி வவ்வால்கள், சிம்பன்ஸி, கொரில்லா, காட்டுமான், முள்ளம்பன்றிகள் ஆகிய உயிரினங்களிடமிருந்து எபோலா பரவியதாகக் கருதப்படுகிறது. விலங்குகளின் திரவம், உடல் உறுப்புகள், ரத்தம் ஆகியவை நேரடியாக மனிதர்கள் மீது படும்போது இந்த வைரஸ் பரவுவதாகக் கண்டறியப்பட்டது. பிறகு, பாதிக்கப்பட்ட மனிதனிடமிருந்து ரத்தம், உடல் உறுப்புகள் வழியாக மற்ற மனிதர்களுக்குப் பரவுகிறது. கொரோனாவைப் போன்றே எபோலா வைரஸ் தாக்கப்பட்டவர்களுக்கும் காய்ச்சல், சோர்வு, தசைவலி, தலைவலி, தொண்டை வறட்சி போன்ற அறிகுறிகள் தென்பட்டன. மேலும், நோயின் தாக்கம் அதிகமாகும்போது வாந்தி, வயிற்றுப்போக்கு, காய்ச்சல், சோர்வு, அரிப்பு, சிறுநீரகம் மற்றும் கணையம் பாதிப்பு, ஈறுகளில் ரத்தம் வருதல் போன்ற கடுமையான அறிகுறிகள் காணப்பட்டன.

கடுமையான சுவாசக் கோளாறு (சார்ஸ்) என்பது ஒரு வகையான கொரோனா வைரஸால் ஏற்படும் சுவாச நோயாகும்.

இது பிப்ரவரி 2003இல், சீனாவில் அடையாளம் காணப்பட்டு, மேலும் நான்கு நாடுகளுக்குப் பரவியது. உலக சுகாதார அமைப்பு, இந்த வைரசால் 8422 பேர் பாதிக்கப்பட்டதாகவும் 916 பேர் உயிரிழந்ததாகவும் அறிவித்தது. மூன்றிலிருந்து 10 நாட்களுக்குள் இந்த நோயின் அறிகுறிகள் தோன்றும்.

ஜிகா வைரஸ்

ஏ.டி.எஸ். வகை கொசுக்கள் மூலமாகவே இந்த ஜிகா வைரஸ் பரவுகிறது. அதிகாலை, பிற்பகல், மாலை வேளைகளில் இந்தக் கொசுக்கள் மனிதர்களைக் கடிக்கும் என்றும், இந்தக் கொசுக்கள்தான் டெங்கு, சிக்குன்குனியா, மஞ்சள் காய்ச்சல் ஆகியவற்றைப் பரப்பும் தன்மை கொண்டவை எனவும் உலக சுகாதார நிறுவனம் தெரிவித்துள்ளது. 1947இல் இந்த வைரஸ் முதன்முதலில் மத்திய ஆப்பிரிக்காவில் உள்ள ஜிகா காடுகளில் அடையாளம் காணப்பட்டது. ஜிகா காடுகளில் இந்த வைரஸ்கள் காணப்பட்டதால் இவற்றுக்கு 'ஜிகா வைரஸ்' என்று பெயரிட்டனர். 1954ஆம் ஆண்டு நைஜீரியாவில் முதன்முதலாக மனிதர்களிடத்தில் இந்த வைரஸ் கண்டுபிடிக்கப்பட்டது. அதைத் தொடர்ந்து, தென்கிழக்கு ஆசியா, பசிபிக் தீவுகள் ஆகிய பகுதிகளில் தொற்று பரவியது. குறிப்பாக, இந்த நோய்த்தொற்றாளர் கருவுற்றிருந்தால், வயிற்றில் இருக்கும் குழந்தை மீது ஏற்படும் தாக்கம்தான் (மைக்ரோ செஃபாலே) கவலைக்குரியதாகும். மூளை சரியாக வளராத காரணத்தால், அசாதாரணமாகச் சிறுத்துப்போன தலையுடன் குழந்தை பிறப்பதையே "மைக்ரோ செஃபாலே" என்கிறோம். இந்நோய்க்கெனப் பிரத்யேக சிகிச்சையோ தடுப்பூசிகளோ இல்லை எனத் தெரிவிக்கும் மருத்துவ நிபுணர்கள், கர்ப்பிணிகளும் குழந்தைகளும் மிகவும் கவனத்துடன் இருக்க வேண்டும் என்கின்றனர்.

கொரோனா வைரஸ் (Severe acute respiratory syndrome coronavirus-2 [SARS-COV-2]):

நாவல் கொரோனா வைரஸ் – 2019 எனத் தொடக்கத்தில் பெயரிடப்பட்ட இந்த வைரஸ், 'கோவிட்–19' நோய்த்தொற்றைப் பரப்பி உலகை அச்சுறுத்திவருகிறது. பிப்ரவரி 11, 2020 அன்று, இது சார்ஸ்–கோவிட்–2 என்று வைரஸ்களின் வகைபிரித்தல் தொடர்பான சர்வதேசக் குழு பெயரிட்டது. 2003இல் பரவிய சார்ஸ் கொரோனா வைரஸ் போலவே இந்த வைரஸும் இருப்பதால், இதற்கு சார்ஸ்–கோவிட்–2 என்று பெயரிடப்பட்டது.

சார்ஸ்-கோவிட், எபோலா, நிபா
பன்றிக் காய்ச்சல்
மெர்ஸ்-கோவிட்
சிக்குன்குனியா, டெங்கு, ஜிகா, மஞ்சள் காய்ச்சல்

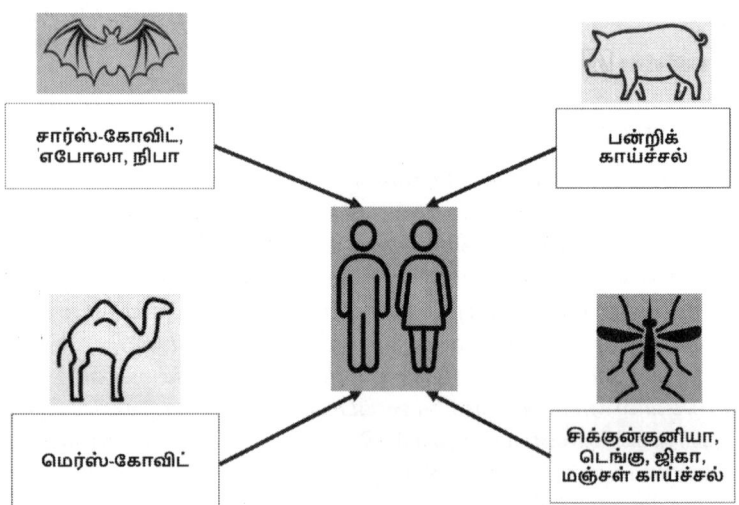

4

ராட்சத வைரஸ்கள் 'உயிரிகளின் நான்காவது களமாக' இருக்கிறதா?

மூன்று–கள (*Three-domain*) அமைப்பு என்பது அறிவியலாளர் கார்ல் வோஸ் அறிமுகப்படுத்திய உயிரியல் வகைப்பாடு ஆகும். ஒற்றை செல் உயிரினங்களிலிருந்து, டிரில்லியன் கணக்கான செல்களைக் கொண்ட சிக்கலான அமைப்புகள் வரை உயிரினங்களின் பரிணாமத்தை ஒப்பிட இந்த வகைப்பாடு உதவுகிறது. உயிரினங்கள் முதன் முதலாக, அவற்றில் உள்ள ரைபோசோமல் ஆர்.என்.ஏ. (*rRNA*) கட்டமைப்புகளில் உள்ள வேறுபாடு களின் அடிப்படையிலேயே தொகுக்கப்பட்டன. இவ்வாறாக, விஞ்ஞானிகள் உயிரினங்களை மூன்று பெரிய பிரிவுகளாக வகைப்படுத்துகின்றனர்: யூகார்யோ, பாக்டீரியா, ஆர்க்கியா. மரபணு வேறுபாடுகளின் அடிப்படையில், ஆர்க்கியா, பாக்டீரியா, யூகாரியோக்கள் ஒவ்வொன்றும் ஒரு மூதாதையரிடமிருந்து தனித்தனியாகப் பிரிந்தவை எனக் கருதப்படுகின்றன. குறிப்பாக, வைரஸ்கள், இவற்றின் சில மரபணுக்களைப் பகிர்ந்துகொள்கின்றன எனவும் ஆய்வில் தெரிய வந்துள்ளது. மனிதர்கள் "யூகாரியோ" வகையைச் சேர்ந்தவர்கள்.

ஆர்க்கியா என்பது பாக்டீரியா போன்ற உயிரினமாகும். ஆனால், இவை தனித்துவமான உயிர் வேதியியலைக் கொண்டுள்ளதால் பாக்டீரியாவிலிருந்து வேறுபடுகின்றன. முக்கிய மாக, இவற்றில் பாக்டீரியாவில் காணப்படும் டி.என்.ஏ.க்கள் எதுவும் இல்லை. மேலும், இவற்றின் செல் சுவர்களும் ஆர்.என்.ஏ.க்களும் பாக்டீரியாவிலிருந்து மாறுபடுகின்றன.

பாக்டீரியாக்கள் மிக நுண்ணிய உயிரினங்கள். சுமார் 400 கோடி ஆண்டுகளுக்கு முன்பு பூமியில் தோன்றிய முதல் உயிரினங்களாக பாக்டீரியாக்கள் கருதப்படுகிறன. ஒரு கிராம் மண்ணில் சுமார் 4 கோடிவரை பாக்டீரியாக்கள் உள்ளன. மேலும், ஒரு மில்லிலிட்டர் நீர் சுமார் 10 லட்சம் பாக்டீரியாக்களைக் கொண்டுள்ளது. குறிப்பாக, பூமியின் உயிர்வளத்தின் பெரும்பகுதி பாக்டீரியாக்களால் ஆனதாகக் கருதப்படுகிறது.

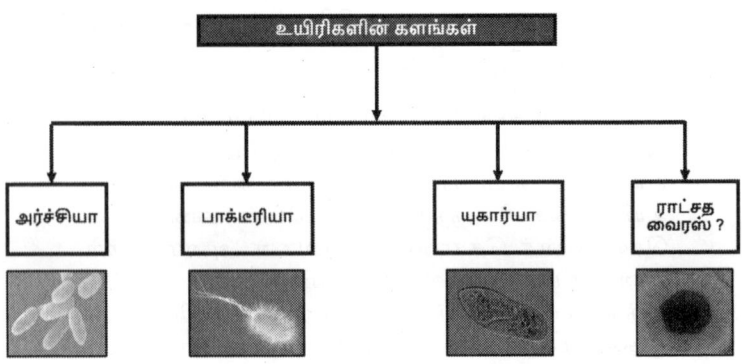

யூகாரியோக்கள், ஒரு உறைக்குள் கருவைக் கொண்டிருக்கும் செல்கள் யூகாரியோவில் உள்ள இந்தக் கருவில்தான் டி.என்.ஏ. உள்ளது. குறிப்பாக, விலங்குகள், மரங்கள் போன்ற பல செல்கள் கொண்ட ஒரே உயிரினம் யூகாரியோ. மேலும், இது பூஞ்சை, ஆல்கா போன்ற பல நுண்ணுயிரிகளின் களமாகவும் உள்ளது. யூகாரியோக்கள், மைட்டோகாண்ட்ரியா மற்றும் கோல்கி போன்ற பிற உறுப்புகளையும் கொண்டிருக்கின்றன.

ராட்சத வைரஸ்கள் பற்றிய முதல் அறிக்கை, 2003இல் 'சயின்ஸ்' எனும் ஆய்விதழில் வெளிவந்தது. அதில், இந்த ராட்சத வைரஸ்கள், மற்ற நுண்ணுயிரிகளைவிடப் பெரியதாக இருப்பதோடு மட்டுமல்லாமல், 2500க்கும் மேற்பட்ட மரபணுக்களைக் கொண்டிருந்தன எனக் குறிப்பிடப்பட்டுள்ளது. இந்த வைரஸ்கள் சில செல்களிடமிருந்து, மேலும் பல டி.என்.ஏ.களைப் பெற்று மிகப் பெரியதாக மாறியதாகக் கருதப்படுகிறது. உதாரணமாக, மிகப் பெரிய 'க்ளோஸ்னு வைரஸ்' ஆஸ்திரியாவில் உள்ள கழிவு நீர் சுத்திகரிப்பு நிலையத்தில் கண்டுபிடிக்கப்பட்டதாகும். இந்தப் பெரிய வைரஸ் சுமார் 1 மைக்ரோமீட்டர் நீளமும் 0.5 மைக்ரோமீட்டர் அகலமும் கொண்டிருந்தது. இந்த வகை வைரஸ்கள், பிற நுண்ணுயிரி களான பாக்டீரியாக்கள், யூகாரியோடிக்களைவிடப் பெரிதாக

இருந்தன. தொடர்ச்சியான ஆய்வில், மெட்டா ஜெனோமிக்ஸ் என்ற முறையைப் பயன்படுத்தி இந்தப் பெரிய வைரஸ்களின் மரபணுக்களை அடையாளம் கண்டனர். இந்த மிகப்பெரும் வைரஸ்களின் மரபணுக்கள், வைரஸ்கள் 'செல்லுலார் உயிரினங்களிருந்து' வந்தவையா என்பதைக் கண்டறிய ஒரு வாய்ப்பை வழங்கியது. ஆனால், ஒரு 'உயிரி' என்று வைரஸை உறுதிப்படுத்தத் தேவையான ஆர்.என்.ஏ.க்களும் புரதங்களை குறியாக்கம் செய்யும் மரபணுக்களும் இதுவரை எந்த ஒரு வைரஸிலும் கண்டறியப்படவில்லை.

5

ஜூனோடிக் நோய் என்றால் என்ன? எந்த வகையில் ஜூனோடிக் நோய்கள் சுற்றுச்சூழல் காரணிகளுடன் தொடர்புடையவைகளாக இருக்கின்றன?

விலங்குக் காட்சிச் சாலையை ஆங்கிலத்தில் ஜூ (Zoo) என்று குறிப்பிடுவதை நாம் அறிவோம். ஜூனோடிக் நோய் என்பது விலங்குகளிடமிருந்து மனிதர்களுக்குப் பரவும் தொற்றுநோய். உதாரணமாக, ஜூனோசிஸ் நோய்கள், வைரஸ்கள், பாக்டீரியாக்கள், பூஞ்சை, புரோட்டோசோவாக்கள் ஆகியவை மூலம் விலங்குகளிடமிருந்து மனிதர்களுக்குப் பரவுகின்றன. இவை நேரடித் தொடர்பு மூலமாகவோ, உணவு, நீர் மற்றும் காற்றின் மூலமாகவோ மனிதர்களுக்குப் பரவக்கூடும். விலங்கினங்கள் மூலம் நமக்குப் பரவும் இந்த நோய்கள் பற்றிய விழிப்புணர்வை மக்களிடம் ஏற்படுத்த ஜூலை 6 அன்று 'ஜூனோசிஸ் தினம்' அனுசரிக்கப்படுகிறது.

கடந்த சில ஆண்டுகளாக, விலங்குகளின் மூலம் நமக்கு ஏற்படும் நோய்த்தொற்றுக்கள், அதாவது 'ஜூனோடிக் நோய்கள்' மிகவும் அதிகரித்துள்ளன. நாம் தொடர்ந்து காட்டு விலங்குகளை உணவுக்காகவும் வேறு காரணங்களுக்காகவும் கொன்றுதுன்புறுத்தினால் கொரோனா வைரஸ் தொற்று போன்ற பல்வேறு கொடிய நோய்களை எதிர்கொள்ள நேரிடும் என ஐக்கிய நாடுகளின் சுற்றுச்சூழல் அமைப்பு எச்சரித்துள்ளது. தற்போது புரதத்திற்கான தேவை அதிகரித்துவரும் நிலையில், விலங்குகள் பெருமளவில் கொல்லப்படுகின்றன. கடந்த 50 ஆண்டுகளில் மட்டும், இறைச்சி உற்பத்தி 260% அதிகரித்துள்ளதாக ஆய்வுகள் கூறுகின்றன.

ஒவ்வொரு ஆண்டும் உலகெங்கிலும் உணவுக்காக 7200 கோடி நில விலங்குகளும் 1,20,000 கோடிக்கும் அதிகமான நீர்வாழ் உயிரினங்களும் கொல்லப்படுகின்றன. குறிப்பாக, சார்ஸ் சுவாச நோய்க்குறி (சார்ஸ்), பறவைக் காய்ச்சல், நாவல் கொரோனா வைரஸ் (சார்ஸ்–கோவிட்–19) போன்ற கடுமையான கொடிய வைரஸ்கள் சீனாவிலிருந்துதான் உலகம் முழுவதும் பரவின. இதற்கு முக்கியக் காரணங்களாக, சீன மக்களுக்கு இறைச்சிகளின் மேலுள்ள நாட்டம், அதிக மக்கள் தொகை, அடர்த்தியான நகரக் கட்டமைப்பு ஆகியவற்றை நிபுணர்கள் குறிப்பிடுகிறார்கள். உலகில் உள்ள ஒட்டுமொத்த கால்நடைகளில் 50% சீனாவில் தான் இருக்கின்றன. இத்தகைய சூழலில், இந்த விலங்கினங்கள் புதுமையான நோய்களுக்கு வித்திடுகின்றன.

விலங்குகள் விற்கும் சந்தைகளில், விலங்குகளின் ரத்தத்தையும் பிற உடல் உறுப்புகளையும் ஒழுங்கற்ற முறையில் கையாளும் இடங்களில், விலங்குகளிடமிருந்து வைரஸ் மனிதர்களுக்குப் பரவுவதற்கு அதிக வாய்ப்புகள் உள்ளன. விலங்குகளிடம் உள்ள வைரஸ்களில் ஏற்படும் பிறழ்வுகளால், வைரஸ்கள் நம்மைத் தொற்றிக்கொள்ள ஏதுவாகிறது. சுற்றுச்சூழல் அபாயங்கள், நகரமயமாக்கல், நிலச்சரிவு, வனவிலங்குகள் அழிப்பு, இயற்கை வளங்களைச் சுரண்டுதல், காலநிலை மாற்றம், காட்டு விலங்குகளை அழித்தல் ஆகியவை கொரோனா வைரஸ் போன்ற ஆபத்தான தொற்றுநோய்களின் பரவலுக்குக் காரணமாகின்றன.

கடந்த சில ஆண்டுகளாக, விலங்குகள், பறவைகளிலிருந்து மனிதர்களுக்குப் பரவும் நோய்கள் தொடர்ந்து அதிகரித்து வருகின்றன. உலக அளவில் 200க்கும் மேற்பட்ட 'ஜூனோடிக் நோய்கள்' உள்ளன. அவற்றில், 13 தொற்றுகள் வருடத்திற்குச் சுமார் 2 கோடி உயிரிழப்புகளுக்குக் காரணமாகின்றன. பொதுவாக நம்மை பாதிக்கும் புதிய நோய்களில் கிட்டத்தட்ட 23% விலங்குகள் மூலமாகவே பரவுகின்றன. ரேபிஸ், புருசெல்லோசிஸ், ஆந்த்ராக்ஸ், பறவைக் காய்ச்சல், பிளேக், கொரோனா வைரஸ் (சார்ஸ், மெர்ஸ் கோவிட்–19), வெஸ்ட் நைல் வைரஸ் போன்ற நோய்களை உதாரணமாகச் சொல்லலாம். இந்த கொரோனா தொற்றுக்கு முன்னர், கடந்த 20 வருடங்களில் உண்டான ஜூனோடிக் நோய்களால், உலக அளவில் 10,000 கோடி டாலர் அளவுக்குப் பொருளாதார இழப்பு ஏற்பட்டுள்ளதாகக் கணிக்கப்பட்டுள்ளது.

6

விலங்குகளிடமிருந்து பரவும் நோய்த் தொற்றுகள் ஏன் மனித குலத்திற்கு மிகவும் ஆபத்தானவையாக உள்ளன?

இப்போது நம்மிடையே கோரத் தாண்டவமாடும் புதிய கொரோனா வைரஸின் ஆதாரமாக எந்தெந்த விலங்குகள் இருந்தன என்பது பற்றி இன்னும் தெளிவாகத் தெரியவில்லை என்பதே உண்மை. இது வவ்வால்களிடமிருந்து பாங்கோலின்களுக்குப் பரவி, பின்னர் மனிதர்களுக்குத் தொற்றியதாகக் கருதப்படுகிறது. 2012ஆம் ஆண்டில் வெளியான ஒரு சர்வதேச அறிக்கை, ஒவ்வொரு ஆண்டும், உலக அளவில் 56 ஜூனோடிக் நோய்களால் 250 கோடி நபர்களுக்கு நோய்த்தொற்றும் 2.7 கோடி உயிரிழப்பும் ஏற்படுகின்றன என்று குறிப்பிட்டுள்ளது. மேலும், விலங்குகளிடமிருந்து பரவிய சுவாசக் காய்ச்சல் போன்ற நோய்கள் கடந்த நூற்றாண்டில் பேரழிவை ஏற்படுத்தின.

நமது நோயெதிர்ப்பு மண்டலம், இந்தப் புதிய கொரோனா வைரஸ்களை ஒருபோதும் 'சந்தித்தில்லை'. எனவே இந்த வைரஸ் தொற்றுக்கு எவ்வாறு 'பதிலளிப்பது' என்று அதற்குத் தெரியவில்லை. மனித உடலில் நுழையும் பெரும்பாலான குறைந்த செயல் திறன் கொண்ட வைரஸ்கள், நமது நோயெதிர்ப்பு சக்தியால் அழிக்கப்படுகின்றன என்று ஆராய்ச்சியாளர்கள் கூறுகின்றனர். எனவே, நம்மை பாதிக்கக்கூடிய வைரஸ்களிடமிருந்து காத்துக்கொள்ள நம் உடலின் வலிமையான நோயெதிர்ப்பு சக்தி மிகவும் அவசியமாகும். பொதுவாக நாம் நோயெதிர்ப்பு சக்தியை இரண்டு வகையில் பெறுகிறோம். ஒன்று மரபு வழி, மற்றொன்று நம் உணவுப் பழக்கங்கள். ஆகவே, ஆரோக்கியமான

உணவுகள், நல்ல பழக்க வழக்கங்கள் வழியே நம் உடலின் நோயெதிர்ப்பு சக்தியை அதிகரிக்க முடியும்.

உடலில் வளர்சிதை மாற்றங்கள், நோயெதிர்ப்பு சக்தி ஆகியவை சீராக இருக்கத் தூக்கம் மிகவும் அவசியமாகும். குறிப்பாக, தூக்கமின்மையால் ஏற்படும் மனஅழுத்தத்தால் நம் உடலில் 'கார்டிசோல்' என்னும் ஹார்மோன் அதிகரித்து நமது நோயெதிர்ப்பு மண்டலத்தைப் பாதிக்கிறது. எனவே, அதிக நோய் எதிர்ப்பு சக்தியைப் பெற, ஆழ்ந்த தூக்கமும் மனஅழுத்தத்தைத் தவிர்ப்பதும் அவசியம். பால் பொருள்களில் உள்ள நன்மை செய்யும் பாக்டீரியாக்கள் 'ப்ரோபயாட்டிக்ஸ்' என அழைக்கப்படு கின்றன. இவைகள், நம் நோயெதிர்ப்பு சக்தியை அதிகரிக்கும் என்சைமான இம்யுனோகுளோபுலினை அதிக அளவு சுரக்க உதவுகிறது.

நம் உடல் 70% நீரால் ஆனதாகும். நம் உடலின் ஒவ்வொரு உறுப்பின் இயக்கத்திற்கும் நீர் மிகவும் அவசியமானதாகும். நாம் சில வாரங்கள் சாப்பிடாமல்கூட உயிர் வாழ முடியும். ஆனால், நீர் இல்லாமல் மூன்று நாட்களுக்கு மேல் உயிர் வாழ்வது கடினம். நம் உடலில் தினமும் உண்டாகும் கழிவுகளைச் சிறுநீர், வியர்வை மூலம் நீக்கவும், சிறுநீர்க் குழாய்களில் கிருமிகள், கசடுகள், படிகங்கள் சேராமல் இருக்கவும், ரத்த ஓட்டம் சீராக இருக்கவும், உடல் வெப்பத்தைச் சீராகப் பராமரிக்கவும், செரிமானம் அதிகரிக்கவும், தசை இறுக்கம் தளர்ந்து நெகிழ்வுத்தன்மை அதிகரிக்கவும், நாம் தினமும் குறைந்தபட்சம் 3 லிட்டர் நீரை அருந்த வேண்டும் என ஆய்வுகள் தெரிவிக்கின்றன. ஏனென்றால், நம் உடலில் நீரின் அளவு குறையும்போது பல உறுப்புகள் வேலை செய்ய முடியாமல் தளர்ந்துவிடுகின்றன. எனவே, தேவையான அளவு நீரைப் பருகி நம் உடலின் நோயெதிர்ப்பு சக்தியைப் பராமரிக்க வேண்டும்.

வவ்வால்களின் நோயெதிர்ப்பு சக்தி நம்மை அதிசயிக்க வைக்கிறது. வௌவால்களிலிருந்து பரவும் வைரஸ்கள், பெரும் பாலும் அவற்றுக்குத் தீங்கு விளைவிப்பதில்லை. ஏனென்றால் வவ்வால்களுக்கு 'அதீத' நோயெதிர்ப்பு சக்தி உள்ளதாக ஆய்வில் தெரியவந்துள்ளது. சார்ஸ், மெர்ஸ், எபோலா போன்ற மிகவும் தீங்கு விளைவிக்கும் வைரஸ்கள் அனைத்தும் வவ்வால்களி லிருந்துத்தான் தோன்றியுள்ளன. ஆனால், மனிதர்களுக்குத் தீங்கு விளைவிக்கும் இந்த வைரஸ்கள் வவ்வால்களுக்குத் தீங்கு விளைவிப்பதில்லை. ஆய்வில் கண்டறியப்பட்ட அவற்றின் தனித்துவமான நோயெதிர்ப்புத் திறனே அவற்றில் உள்ள வைரஸ் களை மேலும் வலிமையாக்குகின்றன எனத் தெரியவருகிறது.

7

தொற்றுநோயின் ‘முதல் நோயாளி’ என்பவர் யார்?

‘முதல் நோயாளி’ என்பவர், ஒரு தொற்று நோயைத் துவக்கும் கிருமியால் பாதிக்கப்பட்ட முதல் நபர். நோய்த்தொற்று முதலில் தோன்றிய இடம், பரவல் முறை, நோய்க்கிருமியின் ‘அசல்’ பதிப்பு ஆகியவற்றைக் கண்டறிய அந்தத் தொற்றுநோயின் “முதல் நோயாளியை”ப் பரிசோதனை செய்வது மிகவும் அவசியமாகும். ஆனால், கொரோனா வைரஸின் ‘முதல் நோயாளி’ தற்போது வரை கண்டறியப்படவில்லை. அவர் சீனாவில் வுஹான் சந்தையில் விலங்குகளை வாங்கியவராக இருக்கக்கூடும் என நம்பப்படு கிறது. வைரஸ் மரபணுவின் ஆய்வுகளின்படி, இந்தத் தொற்று 2019ஆண்டு நவம்பர் மாதத்திலேயே விலங்குகளிடமிருந்து மனிதர்களுக்குப் பரவியதாகக் கணிக்கப்படுகிறது. ஏனென்றால், சீன தினசரியான தென் சீன மார்னிங் போஸ்ட் இதழில் 2019, நவம்பர் 7 அன்று வந்த தகவலின்படி, ஹூபே மாகாணத்தைச சேர்ந்த 55 வயதான நபர், கோவிட் –19இன் முதல் நோயாளியாக இருக்கலாம்.

2020, ஜனவரி 2 அன்று, கோவிட்–19இன் அறிகுறிகளைக் கொண்ட ஒரு பெண் கண்டறியப் பட்டார். ஆச்சரியமூட்டும் வகையில், அவரும் அவரது குடும்பத்தினரும் வுஹானிலிருந்து 150 கிலோமீட்டர் தொலைவில் உள்ள யாங்சின் மாகாணத்தில் வசித்தனர். அவர் எவ்வாறு இந்தத் தொற்றால் பாதிக்கப்பட்டார் என்பதைச் சீன ஆராய்ச்சியாளர்களால் இன்றுவரை அறிய முடியவில்லை. 2020, ஜனவரி 30 அன்று, சீனாவின் வுஹானிலிருந்து கேரளா திரும்பிய ஒரு மாணவர் தான் ‘கோவிட்–19 பாசிட்டிவ்’ என்று இந்தியாவில் பதிவு செய்யப்பட்ட முதல் நபர்.

8

ஆன்டிஜெனிக் ஷிப்ட் என்றால் என்ன? ஒரு வைரஸ் மற்றொரு வைரஸுடன் இணைந்து புதிய வைரஸை உருவாக்குமா?

இரண்டு வைரஸ்களின் மரபணுக்கள் இணைவதன் விளைவாக வைரஸில் ஏற்படும் மாற்றமே "ஆன்டிஜெனிக் ஷிப்ட்" என அழைக்கப் படுகிறது. இரண்டு வைரஸ்கள் ஒரே நேரத்தில் ஒரு செல்லை பாதிக்கும்போது, அவை தனித்துவமான பண்புகளைக் கொண்ட புதிய 'கலப்பு' வைரஸ்களை உருவாக்கலாம் என ஆய்வில் கண்டறியப்பட்டுள்ளது. ஃப்ளு திரிபுகள் *(Flu strains)* இந்த வழியில் உருவானதாகும்.

உதாரணமாக, பறவை (ஏவியன்) வைரஸ், நம் உடலில் உள்ள ஒரு வைரஸ் என ஒரே நேரத்தில் மற்றொரு இனத்தில் (பன்றி) உள்ள ஒரு செல்லில் இணையும்போது இந்த 'ஆன்டிஜெனிக் மாற்றம்' உருவாகிறது. இது அவற்றின் மரபணுப் பொருட்கள் கலப்பதற்கான சாத்தியத்தை உருவாக்கிப் புதிய வைரஸைத் தோற்றுவிக்கிறது. இந்த, ஆன்டிஜெனிக்

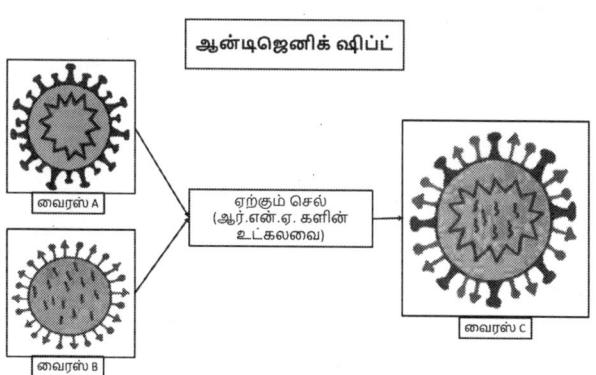

மாற்றம் இன்ஃப்ளூயன்ஸா ஏ வைரஸில், சுமார் 10 வருடங்களுக்கு ஒரு முறை உண்டாவதாக ஆய்வில் தெரியவந்துள்ளது. இவ்வாறு தோன்றிய புதிய வைரஸ்கள் அபாயகரமான தொற்றுநோய்களை ஏற்படுத்தும் ஆற்றலைக் கொண்டுள்ளன. ஏனென்றால், மிகச் சிலரே இந்தப் புதிய ஆன்டிஜென்களுக்கு எதிரான நோயெதிர்ப்பு சக்தியைப் பெற்றுள்ளனர்.

ஆன்டிஜெனுக்கும் ஆன்டிபாடிக்கும் உள்ள வேறுபாட்டை இங்கு காண்போம். 'ஆன்டிஜென்கள்' என்பது நம் உடலினுள் நுழைந்து நோயை விளைவிக்கும் கிருமிகள். இந்தக் கிருமிகளை எதிர்ப்பதற்கான வேதி உயிர்த் தொகுப்புக்களை நம் உடல் தயாரிக்கிறது. இவையே ஆன்டிபாடிகள். இந்த ஆன்டிபாடிகள் என்பது, ஆன்டிஜென்களின் செயல்பாட்டிற்குப் பதிலடி கொடுக்கும் விதமாக நம் நோயெதிர்ப்பு மண்டலத்தில் உள்ள B செல்களால் உற்பத்தி செய்யப்படும் Y–வடிவப் புரதங்கள் ஆகும்.

9

ஆய்வகத்தில் வைரஸைத் தயாரிக்க முடியுமா? வைரஸ்கள் எவ்வாறு படிகமாக்கப்படுகின்றன?

செயற்கை உயிரியல் என்பது உயிரியல், பொறியியல் ஆகியவற்றை ஒருங்கிணைத்து "செயற்கை உயிரி அமைப்பு"களை, உருவாக்கும் தொழில்நுட்பமாகும். இதில் என்சைம்கள், மரபணுக்கள், செல்கள் ஆகியவற்றை வடிவமைப்பதும் உருவாக்குவதும் அடங்கும். குறிப்பாக, செயற்கை வைராலஜி என்பது, ஆய்வகத்தில் மனிதனால் செயற்கையாக உருவாக்கப்பட்ட வைரஸ்களைப் பற்றியும் முழுமையான குறிப்பு வரிசையைப் பயன்படுத்தி வைரஸைத் தயாரிப்பதைப் பற்றியதுமாகும். இதற்கு இயற்கை வைரஸின் 'நகல்' தேவையில்லை. உயர்நிலை கணினி மட்டும் போதுமானது. செயற்கை வைராலஜி, டி.என்.ஏ. தொகுப்பு முறை, தலைகீழ் மரபியல் தொழில்நுட்பங்கள் ஆகியவற்றையும் உள்ளடக்கியது.

சுவிட்சர்லாந்தைச் சேர்ந்த வேதியியலாளர் ஃபிரெட்ரிக் மிஷெர் என்பவர் 1860ஆம் ஆண்டு டி.என்.ஏ.வைக் கண்டுபிடித்தார். ஆனால், அவற்றில் உள்ள பாலிநியூக்ளியோடைட்களின் கட்டமைப்பைப் புரிந்துகொள்ளப் பல வருடங்கள் ஆயின. ஜேம்ஸ் வாட்சன், ரோசாலிண்ட் பிராங்க்ளின் ஆகியோர் டி.என்.ஏ. மூலக்கூறின் 'திருகு சுழல்' (ஹெலிகல்) கட்டமைப்பை உருவாக்குவதில் முக்கியப் பங்கு வகித்தனர். இந்தக் கண்டுபிடிப்பு, செயற்கை டி.என்.ஏ. உருவாக்கத்தின் தொடக்கமாகும். இவ்வாறாக, டி.என்.ஏ. தொகுப்பு முறை (*DNA* சிந்தசிஸ்), வரிசைப் படுத்துதலில் ஏற்பட்ட விரைவான முன்னேற்றம், பெரிய அளவிலான மரபணுத் தொழில்நுட்பத்துக்கு வழிவகுத்தது.

முதல் செயற்கை வைரஸான போலியோ வைரஸ், விம்மர் என்பவரால் தலைகீழ் மரபியல் முறைப்படி உருவாக்கப்பட்டது. நியூக்ளிக் அமில வார்ப்புருவின் தேவை இல்லாமல், செயற்கை வைரஸ்களை உருவாக்கும் முறையை இவர் அறிமுகப்படுத்தினார். வைராஜிஸ்ட் டெனிசன் மிகவும் சிக்கலான, பெரிய ஆர்.என்.ஏ.களைக் கொண்ட கொரோனா வைரஸ்களை ஆய்வகத்தில் வெற்றிகரமாக உருவாக்கினார். குறிப்பாக, விஞ்ஞானி எவன்ஸ் உருவாக்கிய வேதியியல் ரீதியாக ஒருங்கிணைக்கப்பட்ட, டி.என்.ஏ.களின் தொகுப்பான 'ஹார்ஸ் பாக்ஸ்' வைரஸ் இந்தத் துறையில் மிகப்பெரும் புரட்சியை உருவாக்கியது. வைராலஜிஸ்ட்கள், காய்ச்சல் உண்டாக்கக்கூடிய ஃபவுல் பாக்ஸ் (fowl pox) வைரஸ்களையும் ஆய்வகத்தில் உருவாக்கியுள்ளனர்.

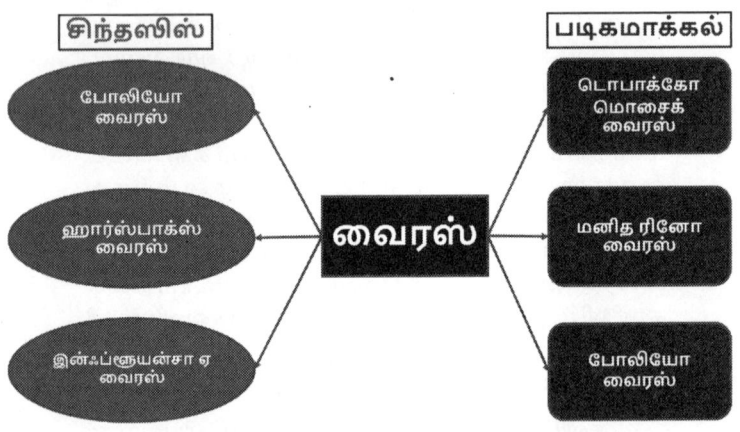

பறவைக் காய்ச்சலை உண்டாக்கக்கூடிய கொடிய எச்5என்1 வைரஸின் டி.என்.ஏவை 2011ஆம் ஆண்டில் வைராலஜிஸ்டுகள் வெற்றிகரமாக மாற்றினர். இதற்கு, மரபணு-எடிட்டிங் (Gene-editing) என்ற தொழில்நுட்பம் பயன்படுத்தப்பட்டது. இந்தச் செயற்கை வைராலஜி தொழில்நுட்பத்தின் மூலம் வரும் ஆண்டுகளில் சிக்கன் பாக்ஸ், எபோலா வைரஸைவிட 10 மடங்கு ஆபத்தான வைரஸை உருவாக்க முடியும் என்று வைராலஜிஸ்ட்கள் கவலையுடன் கூறுகின்றனர். செயற்கை வைரஸ்கள், வைரஸ் தொற்றுநோயை எதிர்த்துப் போராடுவதற் கான புதிய முறைகளைக் கண்டுபிடிக்கவும் பயன்படுகின்றன. இந்தத் தொழில்நுட்பம், வைரஸ்களுக்கு எதிரான தடுப்பூசிகளை உருவாக்கவும், அழிந்த வைரஸ்களை மீண்டும் உருவாக்கவும் பயன்படுத்தப்படுகிறது.

வைரஸ்கள், பாக்டீரியாக்கள் இரண்டும் பண்டைய செல்லுலார் வடிவத்திலிருந்து வந்தவை எனக் கருதப்படுகின்றன. இதில், பாக்டீரியா மிகவும் சிக்கலாக உருவான நுண்ணுயிரினம். மாறாக, வைரஸ்கள் எளிமையானவை, உயிரற்றவை என்று பார்த்தோம். எனவே, நாம் வைரஸ்களைப் படிகமாக்க முடியும். வைரஸ் கூறுகளை ஒழுங்கமைக்கப்பட்ட திடத் துகள்களாக மாற்றும் செயல்முறையே படிகமாக்கல் (கிரிஸ்டலைசேஷன்) என அழைக்கப்படுகிறது. வைரஸ் துகள்களின் படிகமயமாக்கல் மூலம், அவற்றின் செயல்பாடு, அளவுகள், நியூக்ளிக் அமிலங்கள், கேப்சிட் பண்புகள் (ஆர்.என்.ஏ., டி.என்.ஏ. போன்ற நியூக்ளிக் அமிலங்களை உள்ளடக்கும் பன்முக உள்ளுறை) போன்றவற்றைப் புரிந்துகொள்ளலாம். முதன்முதலில், 1935ஆம் ஆண்டு ஜூன் 28 அன்று, வெண்டல் ஸ்டான்லி புகையிலை மொசைக் வைரஸைப் படிகப்படுத்தி, 1946ஆம் ஆண்டு வேதியியலுக்கான நோபல் பரிசைப் பெற்றார்.

10

தொற்றுநோய்கள் ஏன் ‘அலை’ வடிவங்களில் வருகின்றன?

பொதுவாக, வைரஸ் தொற்று பரவுதலை என்டமிக், எபிடமிக், பான்டமிக் என மூன்றாகப் பிரிக்கலாம்.

என்டமிக் – ஒரு குறிப்பிட்ட பகுதியில் எந்த நேரம் வேண்டுமானாலும் பரவக்கூடிய வைரஸாகும். என்டமிக் என்ற சொல் கிரேக்க மொழியிலிருந்து பெறப்பட்டதாகும். ‘என்’ என்றால் உள்ளே, ‘டெமோஸ்’ என்றால் மக்கள். என்டெமிக் வைரஸுக்கு உதாரணமாக, கரிபியன் டெங்கு, மலேரியா காய்ச்சல்களைச் சொல்லலாம்.

எபிடமிக் – ‘எபி’ என்றால் மேலே. இது ஒரு குறிப்பிட்ட காலகட்டத்தில் அதிகமாகப் பரவக் கூடிய நோயாக இருக்கும். அந்தக் காலத்திற்குப் பிறகு அந்த வைரஸ் பரவுவது பெருமளவு குறைந்துவிடும். உதாரணமாக, மழைக்காலத்தில் பரவும் (seasonal flu) காய்ச்சல்.

பான்டமிக் – ‘பான்’ என்றால் அனைத்தும். ஒரே நேரத்தில் இந்த வைரஸ்கள் உலகம் முழுவதும் பரவக்கூடியவை. ஒரு நாட்டிலிருந்து மற்ற நாட்டுக்கு இந்த வைரஸால் பாதிக்கப்பட்ட மக்கள் பயணிக்கும்போது, அந்த நாட்டில் வைரஸ் பரவக்கூடிய சூழல் இருந்தால், இது அங்கும் பாதிப்பை ஏற்படுத்தும். உதாரணமாக, கடுமையான சுவாச நோய்க்குறி (சார்ஸ்), எபோலா, ஜிகா, மத்திய கிழக்கு சுவாச நோய்க்குறி (மெர்ஸ்), கோவிட்–19 ஆகியவற்றைக் கூறலாம்.

பொதுவாக, இந்த வைரஸ் தொற்றுநோய்கள் அலை வடிவங்களிலேயே பரவுகின்றன. ஒரு பாக்டீரியம் அல்லது வைரஸ் தொற்று விரைவாகப் பரவும் திறன் கொண்டதாகவும், அதிக செயல் திறன் மிக்கதாகவும் இருக்கும்போது ‘பிறழ்வுகள்’ (மியுடேஷன்) வேகமாக நிகழ்கின்றன. விலங்குகளில் உள்ள பல ஆர்.என்.ஏ. வைரஸ்கள், 1% பிறழ்வடையச் சில நாட்களே ஆகும் என்பது குறிப்பிடத்தக்கதாகும்.

பெரும்பாலும், ஆர்.என்.ஏ. வைரஸ்கள்தான் நம்மை அதிகம் பாதிக்கின்றன. ஏனென்றால், இவற்றின் பிறழ்வு விகிதம் மிக அதிகமாகும். 1889–92களில் இன்ஃப்ளூயன்ஸா பரவிய காலத்தில் தான் ‘அலை’ என்ற சொல் பயன்பாட்டுக்கு வந்தது. இங்கு, அகடு நேரத்தில், ஒரு தொற்றுநோய் அடுத்த “அலை”க்கான ‘விதைகளை’த் தோற்றுவிக்கின்றன. இங்கு, ‘அகடு’ (அலைப்பள்ளம்) என்பது தொற்றால் பாதிக்கப்பட்டோர் எண்ணிக்கை குறைவாக இருக்கும் காலமாகும். பரவலின் தன்மை, பிறழ்வுகள் அடிப்படையில் கோவிட்–19 தொற்றுநோய், 1918–20களில் தோன்றிய ஸ்பானிஷ் காய்ச்சல் தொற்றுநோயுடன் ஒப்பிடப்படுகிறது. ஸ்பானிஷ் காய்ச்சல் மூன்று தனித்துவமான அலைகளைக் கொண்டிருந்தது.

ஒரு வைரஸ் வெடித்துப் பரவுதல் என்பது, ஒரு பகுதியில் வெளிப்படும் வைரஸ் அங்குள்ள மக்களைப் பாதிப்பதன் மூலம் தொடங்குகிறது. பின்னர், இது பாதிக்கப்பட்ட நபரிமிடருந்து மற்றவர்களுக்குப் பரவுகிறது. ஒரு வைரஸ் தொற்றைப் பெற்று, பின்னர் அதிலிருந்து மீண்ட நபர்கள் அந்த வைரஸுக்கு எதிரான நோயெதிர்ப்பு சக்தியைப் பெறுகிறார்கள். சிலர், தடுப்பூசியின்

மூலமும் அந்த வைரஸுக்கு எதிரான நோயெதிர்ப்பு சக்தியைப் பெறுகிறார்கள். எனவே, அதிகமான மக்கள் நோயெதிர்ப்பு சக்தி பெறும்போது அந்த வைரஸின் தாக்கம் குறைகிறது. ஆனால், மக்களுக்கு நோயெதிர்ப்பு சக்தி குறையும்போதும் அந்த வைரஸில் வீரியம் மிக்க பிறழ்வுகள் ஏற்படும்போதும் அந்த வைரஸ் மீண்டும் பரவத் தொடங்குகிறது. இந்த சுழற்சி 'அலை' என்று அழைக்கப்படுகிறது.

குறிப்பாக, ஈரானின் தென்பகுதியில் டெல்டா வைரஸ் காரணமாக கொரோனா தொற்று தற்போது மீண்டும் அதிகரித்து வருகிறது. இதன் காரணமாக, ஈரான் ஐந்தாவது கொரோனா அலையை எதிர்கொள்ள இருப்பதாக ஆராய்ச்சியாளர்கள் கூறுகின்றனர். ஈரானில் தடுப்பூசிகளைச் செலுத்துவதில் ஏற்பட்டுள்ள மந்த நிலையே இதற்குக் காரணமாகக் கூறப்படு கிறது. சமீபத்தில், கடுமையான கட்டுப்பாடுகள், தடுப்பூசி ஆகியவற்றின் வழியாக, கொரோனா வைரசின் நான்காவது அலையிலிருந்து ஹாங்காங் குறைந்த உயிரிழப்புகளுடன் தப்பியது. இந்தியாவில், கோவிட்–19இன் மூன்றாவது அலையால் கேரளா, மகாராஷ்டிரா மாநிலங்களில் கொரோனா பாதிப்பு மிக அதிகமாக உள்ளது. கேரளாவில் சராசரியாக ஒரு நாள் பாதிப்பு எண்ணிக்கை 20,000க்கும் மேல் உள்ளது.

பகுதி II
கொரோனா வைரஸ்

11

மனிதர்களைத் தாக்கும் கொரோனா வைரஸ்கள் யாவை? அவை எவ்வாறு வகைப்படுத்தப்பட்டுள்ளன?

மனிதர்களுக்குத் தொற்றை ஏற்படுத்தும் ஏழு கொரோனா வைரஸ்கள் (எச்கோவிட்–*HCoV*) இதுவரை அடையாளம் காணப்பட்டுள்ளன. இந்த வகை வைரஸ்கள் மேற்பரப்பில் 'கிரீடம்' போன்ற அமைப்பைப் பெற்றுள்ளதால், இவைகள் கொரோனா[1] வைரஸ்கள் என அழைக்கப்படுகின்றன. அவை, எச் கோவிட்–229 ஈ, எச் கோவிட்– ஓ சி 43, எச் கோவிட்–என்.எல் 63, எச் கோவிட்–எச் கே யு 1, சார்ஸ் –கோவிட், மெர்ஸ்–கோவிட், தற்போதுள்ள சார்ஸ்–கோவிட்–2 ஆகியவை ஆகும். குறிப்பாக, நான்–விருலன்ட் (எச் கோவிட்–229 ஈ, எச் கோவிட்–என்.எல் 63, எச் கோவிட்–ஓ சி43, எச் கோவி–எச் கே யு 1) வைரஸ்களைவிட விருலன்ட் வைரஸ்களே (மெர்ஸ்–கோவிட், சார்ஸ்–கோவிட், சார்ஸ்–கோவிட்–2) அதிக பாதிப்பை ஏற்படுத்துகின்றன. கோரைன், ஃபெலைன் போன்ற சில கொரோனா வைரஸ்கள், விலங்குகளை மட்டுமே பாதிக்கின்றன. இவை மனிதர்களை பாதிப்பதில்லை.

ஜூன் அல்மேடா என்பவர் வைரஸைப் 'படமெடுப்பதில்' முன்னோடி. இவர், 1964இல், முதன் முதலில் இந்த வகை கொரோனா வைரஸ்களைத் தனது ஆய்வகத்தில் எலக்ட்ரான் நுண்ணோக்கி உதவியுடன் கண்டறிந்தார். அபாயகரமான சார்ஸ்–கோவிட், மெர்ஸ் – கோவிட், சார்ஸ் – கோவிட்–2 போல் அல்லாமல், சாதாரண கொரோனா வைரஸ்கள், மனிதர்களுக்குச் சளித் தொல்லையை மட்டுமே ஏற்படுத்துகின்றன. ஆனால், சார்ஸ்–

1. கொரோனா என்றால் லத்தீன் மொழியில் கிரீடம் எனப் பொருள்.

கோவிட், மெர்ஸ் -கோவிட், சார்ஸ்-கோவிட்-2 போன்ற வைரஸ்கள், கடந்த இருபது வருடங்களில், உயிரிழப்புகளையும் பொருளாதார இழப்புகளையும் ஏற்படுத்தி மிகவும் ஆபத்தான நோய்க்கிருமிகளாகஉள்ளன.இந்தவகைவைரஸ்கள் வெளவால்கள், சிவெட்டுகள், எறும்புத் தின்னிகள், ஒட்டகங்கள் என விலங்குகள் வழியாகவே மனிதர்களிடையே பரவுகிறது. மனிதர்களின் சுவாச நீர்த்துளிகள் மூலமாக எளிதில் மற்றவர்களுக்குப் பரவுவதும் ACE 2 புரத ஏற்பியுடன் விரைவாக இணைவதும் சார்ஸ்-கோவிட்-2 வைரஸின் அதிகத் தொற்று வீதத்திற்குக் காரணமாகும்.

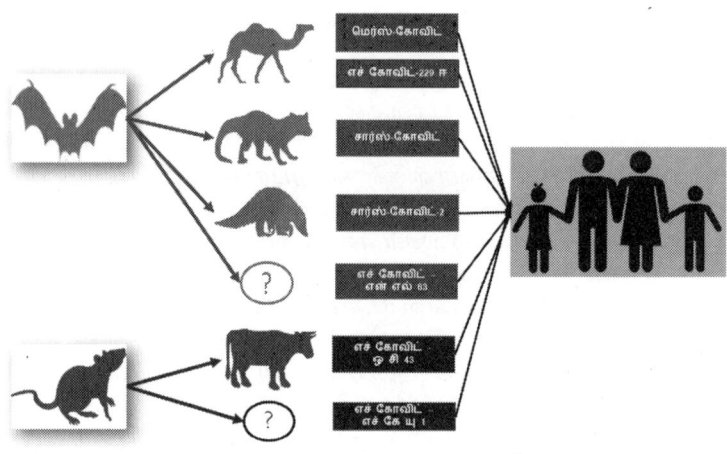

12

சார்ஸ்–கோவிட்–2 என்றால் என்ன? இது எங்கிருந்து வந்ததாகக் கருதப்படுகிறது? மற்ற கொரோனா வைரஸ்களைவிட சார்ஸ்–கோவிட்–2 ஏன் மிகவும் ஆபத்தானது?

கொரோனா வைரஸ் பொதுவாக விலங்குகளிடம்தான் அதிகமாகக் காணப்படுகிறது. சில ஆண்டுகளுக்கு முன்னர், கொரோனா வைரஸ் தொற்றுநோய்க் குடும்பத்தைச் சார்ந்த கடுமையான சுவாச நோய்கள் (சார்ஸ்), மத்தியக் கிழக்கு சுவாச நோய்கள் (மெர்ஸ்) போன்றவை ஆபத்தான தொற்றை ஏற்படுத்தின. இவற்றின் பொதுவான அறிகுறிகளாகக் காய்ச்சல், வறட்டு இருமல், சோர்வு, சளி, மூச்சுத் திணறல், வயிற்றுப்போக்கு ஆகியவை கண்டறியப்பட்டுள்ளன. மேலும், மிகக் கடுமையான சந்தர்ப்பங்களில் இந்த வைரஸ் தொற்று நிமோனியாவையும் உடல் உறுப்பு செயலிழப்பையும் கூட உண்டாக்கும். முதன்முதலாக, சார்ஸ்–கோவிட்–2 வைரஸ் சீனாவின் வுஹான் மாகாணத்தில் டிசம்பர், 2019ஆம் ஆண்டு அடையாளம் காணப்பட்டது என்று பார்த்தோம். இது கடுமையான சுவாச நோய்கள் கொரோனா வைரஸ் 2 (சார்ஸ்–கோவிட்–2) என்ற புதிய வகை வைரசால் ஏற்படுகிறது. இந்த சார்ஸ்–கோவிட்–2 என்பது கொரோனா வைரஸ் குடும்பத்தில் உள்ள “ஏழாம் தலைமுறை” வைரஸாகும். இது உலகெங்கிலும் பல லட்சக்கணக்கான மக்களை பாதித்து கோவிட் –19 என்ற நோயை (COrona VIrus Disease - 2019 [COVID-19] ஏற்படுத்துகிறது.

முக்கியமாக, இவற்றின் மேற்பரப்பில் உள்ள ‘புரத முட்கள்தான் (ஸ்பைக்)’ இந்த கொரோனா வைரஸ்கள் நமது செல்லில் நுழைவதற்குக் காரணமாக

உள்ளன. 2020, ஜனவரியில் ஆராய்ச்சியாளர்கள் கோவிட்–19–க்குக் காரணமான வைரஸ் மரபணுவின் முதல் வரிசையை வெளியிட்டனர். அதைத் தொடர்ந்து, ஒரு வாரத்திற்குள் வைரஸின் “இருப்பைக்” கண்டறியும் பி.சி.ஆர். சோதனையை உருவாக்க இந்த வரிசைத் தகவல் பயன்பட்டது. மேலும், இந்த வைரஸ்கள் அடையாளம் காணப்படுவதற்கு முன்னரே, பல ஆண்டுகளாக வவ்வால்களில் கவனிக்கப்படாமல் இருந்திருக்கலாம் என்றும் கருதப்படுகிறது. சார்ஸ் – கோவிட்–2இல் உள்ள ஸ்பைக் புரதங்கள், மரபணு ரீதியாக எறும்புத் தின்னிகளில் (பாங்கொலின்) இருக்கும் கொரோனா வைரஸைப் போன்றவையாக உள்ளன. எனவே சார்ஸ்–கோவிட்–2, வௌவால்களிலிருந்து எறும்புத் தின்னிகளுக்கும் பின்னர் மனிதர்களுக்கும் பரவியதாகக் கருதப்படுகிறது.

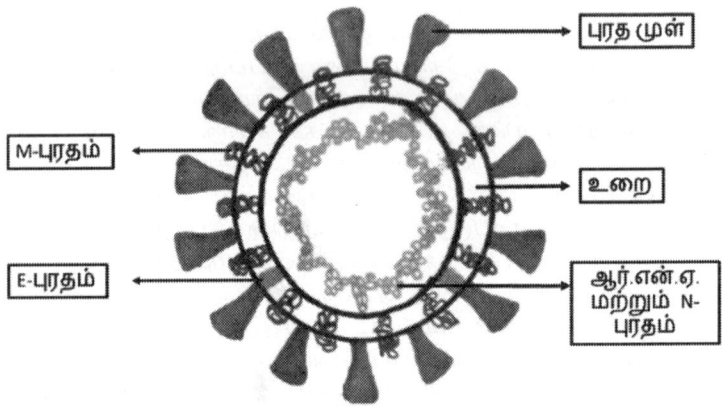

இந்த சாதாரண கொரோனா வைரஸ்கள், பொதுவாக நமக்கு மூக்கிலும் தொண்டையிலும் லேசான அழற்சியை ஏற்படுத்துகின்றன. ஆனால், அபாயகரமான சார்ஸ், மெர்ஸ்–ஐப் போலவே, சார்ஸ் – கோவிட்–2 நமது சுவாசக் குழாயை மிகக் கடுமையாக பாதிக்கிறது. இந்த வைரசால் கடுமையாக பாதிக்கப்பட்ட கோவிட்–19 நோயாளிகள் சுவாசப் பிரச்சினைகள், உடல் உறுப்புகள் செயலிழப்பு, இதயத்தின் செயலிழப்பு ஆகியவற்றால் இறக்கின்றனர். கோவிட்–19 நோயை ஏற்படுத்தும் இந்த வைரஸ், சுவாசக் குழாயில் உள்ள செல்களை, குறிப்பாக நுரையீரலை பாதித்து நம் சுவாசிப்பைக் கடினமாக்குகின்றன. வயதானவர்கள், இதய நோய், ஆஸ்துமா, நாள்பட்ட நுரையீரல் நோய், கடுமையான உடல் பருமன் போன்ற பிற நோய் உள்ளவர்கள் ஆகியோர் இந்த வைரஸால் அதிக பாதிப்பை அடைகின்றனர்.

இந்த கொரோனா வைரஸில், அதன் மையத்தில் உள்ள பன்முக உள்ளுறை (நியுக்கிளியோ கேப்சிட்) என்ற புரதத்தைச் சுற்றி ஜீனோம் மரபுத் தகவல்கள் அடங்கிய ஆர்.என்.ஏ. இருக்கிறது. மேலும், இதைச் சுற்றிப் புரதங்களாலான சவ்வு மேலுறை அமைந்துள்ளது. இதற்கு மேற்புறத்தில்தான், 'புரத முட்கள்' உள்ளன. இந்தப் புரதத்தில் உள்ள எஸ் 1 என்ற பகுதிதான் நமது செல்களில் உள்ள ஏசிஈ 2 (ACE 2) என்ற ஏற்பிகளுடன் இணைந்து இந்த நோயை உருவாக்குகிறது. இந்த சார்ஸ்–கோவிட்–2 வைரஸ், பெரும்பாலும் பாதிக்கப்பட்டவர்களின் சுவாச நீர்த்திவலைகள் மூலமாகவே பரவுகிறது என்று பார்த்தோம். இந்த வைரசால் பாதிக்கப்பட்ட நபர் பேசும்போதும் இருமும்போதும் தும்மும்போதும் சுவாச நீர்த்திவலைகளை வெளியிடுகிறார்.

காற்றில் தும்மலின் வேகம் மணிக்கு 150 கிலோமீட்டராகவும், இருமலின் சராசரி வேகம் மணிக்கு 80 கிலோமீட்டராகவும் உள்ளன. இருமல், தும்மலின்போது, நம் மூக்கு, வாய் வழியாக, சுமார் 3,000 மிகச் சிறிய உமிழ்நீர்த்திவலைகள் வெளிவருவதாகக் கண்டறிப்பட்டுள்ளது. இந்தத் திவலைகளின் அளவு 2–6 மைக்ரோ மீட்டர் மட்டுமே ஆகும். ஒரு மில்லிலிட்டர் சுவாச நீர்த்திவலையில் (20 சொட்டுகள் / மில்லிலிட்டர்) சுமார் 7,00,000 கொரோனா வைரஸ்கள்வரை இருக்கலாம் எனக் கணக்கிடப்பட்டுள்ளது.

சில நேரங்களில், இந்த நோய் பாதிக்கப்பட்ட நபர்களிடமிருந்து வெளியேறிய கொரோனா வைரஸ்கள், திட மேற்பரப்புகளில் சில மணிநேரம்முதல் சில நாட்கள்வரை தொற்றுக்குத் தயாராக இருக்கலாம் என ஆய்வில் கண்டறியப்பட்டுள்ளது. சமீபத்திய ஆராய்ச்சிகள், வெவ்வேறு மேற்பரப்புகளில் சார்ஸ்–கோவிட்–2 வைரஸின் செயல் திறனை மதிப்பீடு செய்து முடிவுகளை வெளியிட்டன. சார்ஸ்–கோவிட்–2 வைரஸிடமிருந்து காத்துக்கொள்ள, கைப்பிடியைப் பிடிக்காமல் இருப்பது, அலுவலக மேசைகளைக் கிருமிநாசினி மூலம் அடிக்கடி சுத்தம் செய்வது, பேருந்துகளில் கைப்பிடியைப் பிடிக்காமல் பயணிப்பது, கடைகளில் பொருட்களை வாங்கிய பின்னர் கைகளைக் கிருமிநாசினி மூலம் சுத்தம் செய்வது உள்ளிட்டவற்றைச் செய்துவருகிறோம்.

காற்றில் கலக்கும் இந்த வைரஸ் துகள்கள், காற்றில் மூன்று மணிநேரம்வரை செயல் திறனுடன் இருக்கலாம் எனக் கண்டறியப்பட்டுள்ளது. இந்த வைரஸ், பிளாஸ்டிக், எஃகு மீது 72 மணிநேரம்வரையும், தாமிரத்தில் 4 மணிநேரம்வரையும், அட்டைப் பெட்டியின் மீது 24 மணிநேரம்வரையும் செயல் திறனுடன்

இருப்பதாகக் கண்டறியப்பட்டது. ஆனால், துணிகள், ஆடைகள் மீது, இந்த வைரஸ் எவ்வளவு நேரம் உயிர்ப்புடன் இருக்கும் என்பது இன்னும் தெளிவாகத் தெரியவில்லை. கிருமிநாசினி (60-70% ஆல்கஹால்) அல்லது 0.5% ஹைட்ரஜன் பெராக்ஸைடு, 0.1% சோடியம் ஹைட்ரோகுளோரைட் உள்ள பிளீச்சிங் பவுடர் ஆகியவற்றைப் பயன்படுத்தி இந்த வைரஸைச் செயலிழக்கச் செய்யலாம்

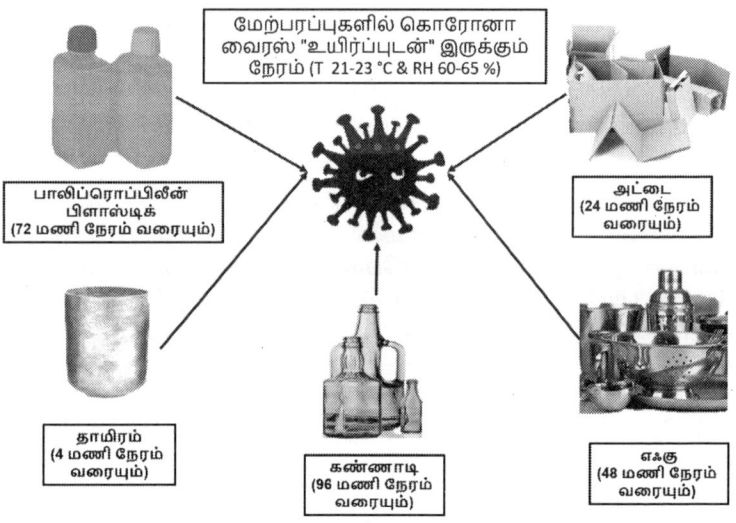

கோவிட்-19 அறிகுறிகளின் வெளிப்பாட்டுக்கான காலம், பொதுவாக 2-5 நாட்களாகவும், சில அரிதான சந்தர்ப்பங்களில் 14 நாட்கள்வரையும் இருப்பதாகக் கூறப்படுகிறது. 40 வயதிற்கு மேற்பட்டவர்களுக்கு ஆறு நாட்களுக்குப் பிறகு அறிகுறிகள் தெரிவதாக ஒரு ஆய்வில் கண்டறியப்பட்டுள்ளது. இந்த கொரோனா வைரஸ்கள் (எச் கோவிட்) ஒற்றை இழை ஆர்.என்.ஏ.வைக் கொண்டிருக்கின்றன. பொதுவாக, இந்த வைரஸ்கள் சளி, ஜலதோஷத்தை மட்டுமே ஏற்படுத்தும். இருப்பினும், கடுமையான சுவாச கொரோனா வைரஸ் (சார்ஸ்-கோவிட்), மத்திய கிழக்கு சுவாச நோய்க்குறி (மெர்ஸ்-கோவிட்), தற்போதைய உலகளாவிய கோவிட்-19 போன்ற அபாயகரமான தொற்றுநோய்களால், ஆராய்ச்சியாளர்கள் இந்த வைரஸ்களைச் சாதாரணமாக எடுத்துக்கொள்வதை நிறுத்திவிட்டனர். ஆனால், சார்ஸ்-கோவிட்-2 ஐப் போல அதிகமானதும் வேகமானதுமான தொற்றை, சார்ஸ் அல்லது மெர்ஸ் வைரஸ்கள்

உருவாக்கவில்லை. இந்த வைரஸ்களின் ஆர்.என்.ஏ.க்களில் சில ஒற்றுமைகள் இருந்தாலும், தொற்று ஏற்படுத்தும் முறைகளில் இவை வேறுபடுகின்றன.

வைரஸ்களுக்கு எதிராக நமது உடலின் நோயெதிர்ப்பு சக்தியை அதிகரிப்பதில் நமது எம்.ஆர்.என்.ஏ.க்கள் முக்கியப் பங்கு வகிக்கின்றன. இந்த வைரஸ்கள் நமது செல்களில் உள்ள எம்.ஆர்.என்.ஏ.களுடன் (mRNA) சேர்ந்து "சூழ்ச்சி" செய்யும் திறனைக் கொண்டுள்ளன. மனித செல்லில் உள்ள எம்ஆர். என்.ஏ.க்கள் குறைவாக இருக்கும்போது இந்த வைரஸ்கள் மிகவும் சுதந்திரமாக நகல் எடுத்துப் பெருகி நோயின் தீவிரத்தை அதிகரிக்கின்றன. இவ்வாறாக, சார்ஸ்-கோவிட்-2 வைரஸ், நமது எம்.ஆர்.என்.ஏ.க்களைத் தவிர்க்கும் திறன் கொண்டு, நம் நோயெதிர்ப்பு சக்தியை வலுவிழக்கச் செய்வதால், இது மிகவும் ஆபத்தான வைரஸாகக் கருதப்படுகிறது. மேலும், மற்ற சார்ஸ்-கோவிட் வைரஸ்களைவிட, சார்ஸ்-கோவிட்-2இன் புரத முட்கள் மனிதர்களின் ஏசிஈ 2 உடன் விரைவாகவும் உறுதியுடனும் பிணைவதால், இது அதிதீவிர வைரஸாக உள்ளது. குறிப்பாக, கோவிட்-19ஐ ஏற்படுத்தும் இந்த வைரஸில் பிணைப்புத் தளங்கள், ஜலதோஷத்தை ஏற்படுத்தும் மற்ற கொரோனா வைரஸ்களின் பிணைப்புத் தளங்களைவிட மிகவும் வேறுபட்டவையாக உள்ளன.

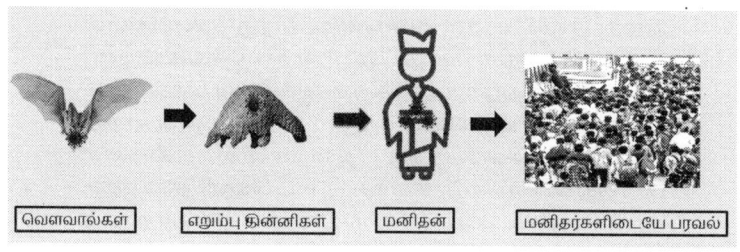

13

சார்ஸ்–கோவிட்–2 கொரோனா வைரஸ் நம் உடலில் பரவி கோவிட்–19 நோயை எவ்வாறு உருவாக்குகிறது?

சார்ஸ்–கோவிட்–2 எனப்படும் இந்த கொரோனா வைரஸ், பாதிக்கப்பட்டவரின் சுவாச நீர்த்திவலைகள் மூலமும் (இருமல், தும்மல்) இந்த வைரஸ் உள்ள பொருட்களைத் தொட்டுவிட்டு, பிறகு நம் வாயையோ கண்களையோ தொடும் போதும் நம் உடலில் நுழைகிறது. முதலில், தொண்டை அருகே உள்ள செல்களில் இவை தொற்றிக்கொள்ளும். பிறகு, சுவாசப் பாதைக்கும் நுரையீரலுக்கும் சென்று அவற்றை வைரஸ் “உற்பத்தி மையங்களாக” மாற்றுகின்றன. குறிப்பாக, நுரையீரலில் உள்ள நுண்ணிய காற்று அறைகளில் தொற்றி அதிக பாதிப்பை ஏற்படுத்துகின்றன. நுரையீரலில்தான் ரத்தத்திற்கு ஆக்சிஜன் செல்வதும் கரியமில வாயு நீக்கப்படுவதும் நடக்கிறது. தொற்று ஏற்பட்ட பின், இந்த அறைகளில் தண்ணீர் கோத்துக்கொண்டு, சுவாச இடைவெளி குறைந்து, சுவாசிப்பதில் சிரமம் ஏற்படுகிறது. இவ்வாறாகப் பெரும் எண்ணிக்கையில் புதிய வைரஸ்களை உருவாக்கி, மேலும் அதிக செல்களில் தொற்றை ஏற்படுத்திக் கடுமையான கோவிட்–19 நோயை உருவாக்குகிறது.

நோயாக உருவாகும் காலம், அதாவது தொற்று ஏற்பட்டு இதன் நோய் அறிகுறிகள் தோன்றுவதற்கான காலம், நபருக்கு நபர் மாறுபடும். சராசரியாக இது ஐந்து நாட்கள் என்ற அளவில் உள்ளது. இந்தத் தொற்று பரவியதில் பத்தில் எட்டுப் பேருக்கு கோவிட்–19 நோய் “மிதமான” பாதிப்பைத்தான்

உண்டாக்குகிறது. கொரோனாவால் பாதிக்கப்பட்டவர்களில், ஆறில் ஒருவருக்கு மட்டுமே இந்தத் தொற்று தீவிர பாதிப்பை உண்டாக்கி உயிரிழப்பை ஏற்படுத்துகிறது என்று உலக சுகாதார அமைப்பு குறிப்பிடுகிறது. காய்ச்சல், இருமல்தான் இதன் முக்கிய அறிகுறிகளாக உள்ளன. மேலும், உடல் வலி, வாசனை இழப்பு, சுவை இழப்பு, தொண்டை வறட்சி, தலைவலி ஆகியவை வரலாம். ஆனால், இந்த அறிகுறிகள் தோன்ற வேண்டும் என்ற அவசியம் கிடையாது. காய்ச்சலும் அசவுகரியமாக உணர்தலும், தொற்று பரவியதற்கு எதிராக நம் நோய் எதிர்ப்பு மண்டலத்தின் செயல்பாட்டால் உண்டாகக்கூடியவையாகும். அதாவது, நம் உடலில் உள்ள செல்கள், இந்த நோய்த்தொற்றை, ஏதோ “தவறு” நேர்ந்திருக்கிறது என உணர்ந்து ‘சைட்டோகின்ஸ்’ என்ற ரசாயனத்தை உற்பத்தி செய்யும். இவைதான் நம்முடைய நோய் எதிர்ப்பாற்றலாகச் செயல்படுகின்றன. மிதமான கோவிட்–19 தொற்று உள்ளவர்கள், இந்த நோய்த்தொற்று ஏற்பட்டு ஒன்று முதல் இரண்டு வாரங்களுக்குள் குணமடைவார்கள். ஆனால், கடுமையான கோவிட்–19 தொற்றாளர்கள் குணமடைய நான்கு முதல் பன்னிரண்டு வாரங்கள்வரைகூட ஆகலாம். இந்த நிகழ்வு “நீண்ட கால கோவிட்” என அழைக்கப்படுகிறது.

படுக்கையில் ஓய்வெடுத்தல், நிறைய பழவகை பானங்கள் குடித்தல், சத்தான உணவுகளை உட்கொள்ளுதல், மருத்துவர்களின் பரிந்துரைப்படி மருந்துகள் எடுத்தல் என இதற்கு சிகிச்சை அளிக்கப்படுகிறது. இந்த நிலை சுமார் ஏழு முதல் பத்து நாட்கள்வரை இருக்கலாம். இதிலேயே பெரும்பாலானோர் குணமாகிவிடுவார்கள். ஆனாலும், சிலருக்கு கோவிட்–19 நோய் தீவிர பாதிப்பை ஏற்படுத்தக்கூடும். உதாரணமாக, நுரையீரலில் பரவலான அழற்சி ஏற்பட்டு, மூச்சுத் திணறல் ஏற்படும்போது, உயிர்வாழ்வதற்குத் தேவையான ஆக்சிஜன் பரிமாற்றத்தை நுரையீரல் நிறுத்திவிடுகிறது. மேலும், ரத்தத்தைச் சுத்திகரிக்க முடியாமல் சிறுநீரகங்களையும் இந்தத் தொற்று பாதிக்கக்கூடும். இறுதியாக, இந்த வைரஸை நம் நோய்த் தடுப்பாற்றலால் கட்டுப்படுத்த முடியாமல் போனால், உடலின் அனைத்துப் பகுதிகளுக்கும் இது பரவுகிறது. இந்த நிலையில் நம் உடலின் செயல்பாட்டில் குறுக்கீடு செய்து சிகிச்சை அளிக்க வேண்டியது அவசியமாகும். தவறினால் உயிருக்கு ஆபத்து ஏற்படலாம். இந்நிலையில்தான், எக்மோ *(Extra corporeal Membrane Oxygenator)* எனப்படும் செயற்கை சுவாசம் உள்ளிட்ட உயிர் காக்கும் சிகிச்சைகள் மூலம் நோயாளியைக் காப்பாற்றும் முயற்சி மேற்கொள்ளப்படுகிறது. இதுவும் செயல்படாமல் போகும் பட்சத்தில்தான் உடல் தன் செயல்பாட்டை இழக்கிறது, இதுவே

உயிரிழப்பு ஏற்படக் காரணமாக உள்ளது. நமது நுரையீரலை ஆரோக்கியமாக வைத்துக்கொள்ள 'சுவாசப் பயிற்சிகள்' உதவுகின்றன. மேலும், மாதம் ஒரு முறை ஆக்சிமீட்டரைக் கொண்டு நமது ஆக்ஸிஜன் அளவைச் சரிபார்த்துக்கொள்ள லாம். நமது உடலின் ஆக்ஸிஜன் அளவு 94–100க்கு இடையிலேயே இருக்க வேண்டும். இந்த வைரசால் நமது குடலில் ஏற்படும் பாதிப்பு குறிப்பிடத்தக்கதாகும். நமது குடலில் பல கோடிக்கணக் கான ஏசிஈ-2 வகை புரத ஏற்பிகள் இருக்கின்றன. அதனால், இந்த கொரோனா வைரஸ்கள் நமது குடலுக்குள் நுழைவதற்கு ஏதுவாகிவிடுகிறது. இதனால், கொரோனா நோயாளிகளில் சிலருக்கு வயிற்றுப்போக்கு ஏற்படுகிறது. எனவே, நமது குடலுக்குத் தீங்கு விளைவிக்கின்ற உணவுகளை நாம் அறவே தவிர்க்க வேண்டும்.

14

மரபணுப் பிறழ்வுகள் என்றால் என்ன? கொரோனா வைரஸில் ஏற்பட்ட பிறழ்வுகள் யாவை?

பொதுவாக, வைரஸ்கள் நம் உடலிலுள்ள செல்களுக்குள் நுழைந்து, பிறகு தன்னைப் போன்ற பிரதிகளை உருவாக்குக்கின்றன. பின்னர், இது மற்றவர்களுக்குப் பரவி அங்கும் பெருகுகிறது. இப்படிப் பரவிய பிறகு உருவாகும் வைரஸின் பிரதிகளில் சில மாற்றங்கள் ஏற்படுகின்றன. புதிய வைரஸின் மரபணு பழைய வைரஸைப் போல 100% இருக்காது. அதாவது, இப்படி "நகல்" எடுக்கும்போது ஏற்படும் சிறிய "தவறால்" உருமாற்றம் ஏற்படுகிறது. இந்த மாற்றத்தைத்தான் வைரஸின் "மரபணுப் பிறழ்வு" (மியூட்டேஷன்) என்கிறோம்.

கொரோனா வைரஸில் இருக்கும் U, A, C, G போன்ற அமிலங்கள் சேர்ந்துதான் அதன் புரதங்களை உருவாக்குகின்றன. குறிப்பாக, இந்தப் புரதங்கள்தான் உருமாறிய கொரோனா வைரஸ்களின் வீரியத்தையும் சக்தியையும் தீர்மானிக்கின்றன. U, A, C, G போன்ற அமிலங்கள் எந்த "வரிசையில்''இருக்கின்றன என்பதைப் பொறுத்தே கொரோனா வைரஸில் புரதங்களும் தீர்மானிக்கப்படுகின்றன. உதாரண மாக A, C, G போன்ற அமிலங்கள் இணைந்து 'T' என்ற புரதத்தை உருவாக்குகின்றன. U, A, C போன்ற அமிலங்கள் இணைந்து 'B' என்ற புரதத்தை உருவாக்குகின்றன. இப்படி கொரோனா வைரஸில் நிறைய புரதங்கள் இருக்கின்றன. திடீரென்று இந்தப் புரதம் மாற்றம் அடைவதுதான் 'பிறழ்வுகள்' என அழைக்கப்படுகிறது. இவ்வாறு, நகல்கள் எடுக்கும்போது கொரோனா வைரஸ் தவறாக நகல் எடுப்பதால் அதன் புரத வரிசையும் பண்புகளும்

மாறுகின்றன. இதுதான் புதிய கொரோனா வகை வைரசை (திரிபு) ஏற்படுத்துகின்றன.

உதாரணமாக, சீனாவிலிருந்து பரவிய *SARS-CoV-2* வைரஸில் உள்ள *614* ஸ்பைக்கில் *T* என்ற புரதம் இருந்தது. ஆனால், இந்தப் புரதம் *'T'*இல் இருந்து *'G'*ஆக மாறியது. இந்த உருமாற்றம்தான் *"d614g"* வகை உருமாறிய கொரோனா என அழைக்கப்படுகிறது. கொரோனா வைரஸின் மியூட்டேஷனைத் தடுக்க இயலாத காரணத்தால், அது அடுத்து எப்படி உருமாறும் என்று தெரியாத நிலை ஏற்பட்டுள்ளது. டி.என்.ஏ. வைரஸ்களை விட ஆர்.என்.ஏ. வைரஸ்களில்தான் பிறழ்வு விகிதங்கள் அதிகமாக உள்ளன. இந்த கொரோனா வைரஸும், ஆர்.என்.ஏ. வகையைச் சேர்ந்ததால், நாம் நினைத்ததைவிடப் பன்மடங்கு வேகமாக உருமாற்றம் பெற்றுவருகிறது. எஸ் *(S)* புரோட்டினில் உண்டாகும் பிறழ்வுகள் மிகவும் அபாயகரமானவை என்பது குறிப்பிடத்தக்கதாகும்.

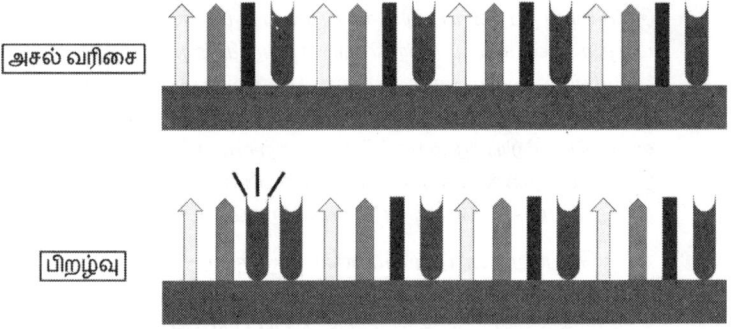

அசல் வரிசை

பிறழ்வு

தற்போது, சார்ஸ்–கோவிட்–*2* வகையில் நடைபெறும் பிறழ்வுகளைக் கட்டுப்படுத்துவது மிகவும் கடினமானதாக இருக்கிறது. ஆனாலும், வெளியில் சென்று வந்தவுடன் கிருமி நாசினியைப் பயன்படுத்திக் கைகளைக் கழுவுவது, முகக்கவசம் அணிவது, சமூக இடைவெளியைப் பின்பற்றுவது, நல்ல காற்றோட்டம் இல்லாத, நெரிசலான இடங்களைத் தவிர்ப்பது ஆகியவற்றின் மூலம் இந்த வைரஸின் பரவலையும் பிறழ்வு சாத்தியங்களையும் நாம் தவிர்க்க முடியும். சமீபத்திய ஆய்வின் படி, சார்ஸ்–கோவிட்–*2*இல் ஒவ்வொரு மாதமும் இரண்டு அல்லது மூன்று பிறழ்வுகள் நடந்துகொண்டிருக்கின்றன.

பெரும்பாலான நேரங்களில் இந்தப் பிறழ்வுகள் சிறிய விளைவையே கொண்டிருக்கின்றன. ஆனால், சில நேரங்களில், பிறழ்வுகள் மிகவும் அபாயகரமானவையாகவும் மாறுகின்றன.

உதாரணமாக, "B.1.1.7" பிறழ்வு வைரஸ், அசல் வைரஸைவிட 30-50% வேகமாகப் பரவும் திறன் கொண்டதாகும். பிறழ்வின் வகைகளான டெல்டா வைரஸ், கோவிட்-19 ஐ ஏற்படுத்தும் சார்ஸ்-கோவிட்-2 வைரஸின் B.1.617.2 பரம்பரையைச் சேர்ந்த தாகும். இது 2020ஆம் ஆண்டின் பிற்பகுதியில், இந்தியாவில் முதன்முதலில் கண்டறியப்பட்டது. பிப்ரவரி 2021இல், நமது நாட்டில் உண்டான இரண்டாவது அலைக்கு இந்த டெல்டா வைரஸ் காரணமாக இருக்கலாம் என்று கருதப்படுகிறது. இந்த சார்ஸ்-கோவிட்-2 வைரஸில் உண்டாகும் பிறழ்வுகளைக் கண்காணித்துவரும் உலக சுகாதார அமைப்பு, இதுவரை (8-7-2021) இந்த வைரஸில் 11 அபாயகரமான பிறழ்வுகள் ஏற்பட் டுள்ளதாகக் கூறுகிறது.

15

தடுப்பூசி என்றால் என்ன? இது கோவிட்–19 சிகிச்சையில் எவ்வாறு பயன்படுத்தப்படுகிறது?

தடுப்பூசி (வேக்சின்) என்பது நமது உடலில் ஒரு குறிப்பிட்ட கிருமிக்கு எதிரான நோயெதிர்ப்பு சக்தியைத் தோற்றுவிக்கும் உயிர்வேதிப் பொருளாகும். இதனால், நாம் முன்னர் எதிர்கொள்ளாத ஒரு கிருமியை எதிர்த்துப் போராட முடியும். "Vacca" என்ற சொல்லுக்கு லத்தீன் மொழியில் 'பசு' என்று பொருள். அந்தச் சொல்லிருந்துதான், வேக்சின் என்ற சொல் உருவானது. தடுப்பூசிகள் மூலம் ஆண்டுதோறும் உலகெங்கும் 20 முதல் 30 லட்சம்வரை உயிரிழப்புகள் தவிர்க்கப்படுகின்றன என்று உலக சுகாதார நிறுவனம் தெரிவிக்கிறது. நாம் பிறந்ததுமுதல் 18 வயதுவரை, நமக்கு 16 தடுப்பூசிகள்வரை பரிந்துரைக்கப்படுகின்றன. உதாரணமாக, இன்ஃப்ளூயன்ஸா, போலியோ, டிப்தீரியா, டெட்டனஸ், பெர்டுசிஸ் போன்றவற்றைச் சொல்ல லாம். தடுப்பூசிகளில் சப்யூனிட் தடுப்பூசிகள், முழு–செயலிழந்த வைரஸ் தடுப்பூசிகள், திசையன் (vector), நேரடி–விழிப்புணர்வு வைரஸ் தடுப்பூசிகள் எனப் பல வகைகள் உள்ளன. இவை ஒவ்வொன்றும் குறிப்பிட்ட நன்மை பயக்கும் விளைவுகளையும் வரம்புகளையும் கொண்டுள்ளன.

தற்போதுள்ள சூழலில் இந்த கோவிட்–19 நோயைத் தடுப்பதற்கான 'ஆயுதம்' தடுப்பூசி ஆகும். கோவிட்–19க்கான தடுப்பூசிகள், வரலாற்றில் வேறு எந்த வைரஸ் நோய்க்கும் தடுப்பூசிகள் கண்டுபிடித்ததைவிட விரைவாக உருவாக்கப் பட்டுள்ளன. கோவிட்–19 பற்றிய முதல் அறிக்கையை உலக சுகாதார நிறுவனம் வழங்கிய 11 மாதங்களுக்குள், இந்தத் தடுப்பூசிகள் உருவாக்கப்பட்டது குறிப்பிடத் தக்க சாதனையாகும். தடுப்பூசி வளர்ச்சியின் வேகம், பல காரணிகளுடன் தொடர்புடையது. புதிய

தொழில்நுட்பம், நோயின் பாதிப்பு, வீரியம், தடுப்பூசியை உருவாக்குவதற்கான உலகளாவிய முக்கியத்துவம் போன்றவை இந்தக் காரணிகளின் முதன்மையானவை.

தடுப்பூசி என்பது இறந்த அல்லது பலவீனமான நுண்ணுயிரிகளின் பாகங்களை நமது உடலில் செலுத்துதல். இது, நமது உடலில் அந்த நுண்ணுயிர்த் தொற்றுக்கு எதிராக நோயெதிர்ப்பு சக்தியை உருவாக்குகிறது. இதன் மூலம், பல ஆபத்தான தொற்றுநோய்கள் நம்மைத் தாக்காமல் காத்துக்கொள்ள முடியும். கோவிட்–19க்கு எதிரான தடுப்பூசிகள், சார்ஸ்–கோவிட்–2 ஆன்டிஜென்களை வலுவிழக்கச்செய்யும் நோய் எதிர்ப்பான்களின் உற்பத்தியை நமது செல்லில் தூண்டுகின்றன. இப்படி உருவான நோய் எதிர்ப்பான்களின் இலக்கு, வைரஸின் மேற்பரப்பில் காணப்படும் புரத முட்களாகும். ஏனென்றால், ஸ்பைக் புரோட்டின் என்று அழைக்கப்படும் இந்தப் ‘புரத முட்கள்’ மூலம்தான் கொரோனா வைரஸ்கள், நமது உடலில் இருக்கும் ஏற்பி வகை ஏசிஈ 2 புரதத்துடன் இணைந்து செல்களுக்குள் சென்று பெருக்கம் அடைகின்றன. எனவே, இந்த ஏசிஈ 2 புரதங்களுடன் கொரோனா வைரஸின் புரத முட்கள் பிணைப்பை ஏற்படுத்தாமல் இருக்கவே இந்த வகைத் தடுப்பூசிகள் உதவுகின்றன. தடுப்பூசிகளின் மிகவும் பொதுவான பக்க விளைவுகளான சோர்வு, காய்ச்சல், தலைவலி, உடல் வலி, ஊசி போடப்பட்ட இடத்தில் ஏற்படும் வலி போன்ற அறிகுறிகளையே கோவிட்–19 தடுப்பூசிகளும் ஏற்படுத்துகின்றன என உலக சுகாதார நிறுவனம் தெரிவித்துள்ளது.

“கொரோனாவிலிருந்து மீண்டவர்களுக்குத் தடுப்பூசி தேவையா?” என்பதே இப்பொழுது நம் முன் இருக்கும் முக்கிய கேள்வி. கொரோனாவிலிருந்து குணமடைந்தவர்களுக்கு இயற்கையாகவே நோயெதிர்ப்பு சக்தி உருவாயிருக்கும். இந்த, நோயெதிர்ப்பு சக்தி 3–5 மாதங்கள்வரை இருக்கலாம். எனவே, அதன் பின்னர் தடுப்பூசி போடுவதே பயனளிக்கும். முதலில், கோவிட் –19 தடுப்பூசிகளின் செயல்பாட்டை நாம் புரிந்துகொள்ள வேண்டும். நாம் செலுத்திக்கொள்ளும் முதல் டோஸ் தடுப்பூசி என்பது நமது நோயெதிர்ப்பு சக்திக்குக் காரணமாக இருக்கக்கூடிய செல்களில் ‘உணர்திறனை’ உண்டாக்கும். இரண்டாம் டோஸ் என்பது ஊக்க (பூஸ்டர்) விளைவைக் கொடுக்கும். இந்த பூஸ்டர் விளைவுதான் பின்னாளில் இந்த வைரஸ் நம்மைத் தாக்கும்போது எதிர்த்துப் போராடக்கூடிய வலிமையைத் தரும். முதல் டோஸில் 50 சதவீதம்வரையும், இரண்டாம் டோஸில் 70–80 சதவீதம்வரையும் பாதுகாப்பு கிடைக்கும் என ஆய்வுகள் தெரிவிக்கின்றன. இன்றுவரை (8–7–2021) உலகெங்கிலும் கோவிட்–19க்கு எதிராக 20 தடுப்பூசிகள் அங்கீகாரம் பெற்றுள்ளன.

03–12–2021 வரை, 7 தடுப்பு மருந்துகளுக்கு (கோவாக்ஸின், கோவிஷீல்டு, ஸ்புட்னிக் வி, ZyCoV-D, mRNA-273, Ad26.COV2.S, AZD1222) இந்திய அரசு அனுமதி வழங்கியுள்ளது. 16–1–2021 முதல் மக்களுக்கு கொரோனா தடுப்பூசிகள் செலுத்தப்பட்டு வருகின்றன.

இதில், முக்கியமான மூன்று தடுப்பு மருந்துகள் பற்றி இங்கு பார்ப்போம்:

கோவிஷீல்டு இதில், கொரோனா வைரசின் ஒரு முக்கிய பாகமான முள் புரதத்தை மட்டும் எடுத்து, சிம்பன்சி குரங்குகளில் காணப்படும் அடினோ வைரசுடன் 'குளோனிங்' முறையில் இணைத்து தயாரிக்கப்படுகிறது. மேலும், இதில் அலுமினியம் ஹைட்ராக்சைடு ஜெல், எல்–ஹிஸ்டைடின், மெக்னீசியம் குளோரைடு ஹெக்ஸாஹைட்ரேட், எத்தனால் மற்றும் சோடியம் குளோரைடு போன்ற வேதிப்பொருட்களும் உள்ளன.

கோவாக்சின் கலவையில், செயலற்ற கொரோனா வைரஸ், அலுமினியம் ஹைட்ராக்சைடு ஜெல், டி.எல்.ஆர். அகோனிஸ்ட், 2–ஃபெனாக்ஸீத்தனால் மற்றும் பாஸ்பேட் பஃபெர்டு சலைன் ஆகியவை உள்ளன.

ஸ்புட்னிக் வி. இது அடினோவைரஸ் டி.என்.ஏ.வை அடிப்படையாகக் கொண்ட ஒரு திசையன் (vector) தடுப்பூசி ஆகும். இதில் சார்ஸ்–கோவிட்–2 கொரோனா வைரஸின் மரபணுவும் ஒருங்கிணைக்கப்பட்டிருக்கிறது.

உலகின் பிற பகுதிகளைவிட, மேற்கத்திய நாடுகளில் தடுப்பூசிகள் போடும் பணி மிக வேகமாக நடைபெற்றுவருகிறது. இந்தியாவில், 16–01–2021 முதல் தடுப்பூசி போடப்பட்டு வருகிறது. 21–10–2021 அன்று வரை இந்தியாவில் 100 கோடி தடுப்பூசி டோஸ்கள் செலுத்தப்பட்டுள்ளது. அதாவது, நமது நாட்டில் சராசரியாக நாள் ஒன்றுக்கு 36 லட்சம் பேருக்கு தடுப்பூசி செலுத்தப்பட்டுள்ளது. தமிழகத்தை பொறுத்தவரை, 29–11–2021 வரை, 78.3 % நபர்களுக்கு முதல் தவணை தடுப்பூசியும், 43.8 % நபர்களுக்கு இரண்டாவது தவணை தடுப்பூசியும் செலுத்தப் பட்டுள்ளது. தமிழகத்தில், வாரந்தோறும், சுமார் 50,000 மையங்களில் 'மெகா கொரோனா தடுப்பூசி முகாம்கள்' நடைபெற்று வருவதுகுறிப்பிடத்தக்கதாகும்.தமிழகத்தில், திருவாரூர் மாவட்டதில் உள்ள காட்டூர் கிராமம் 100 சதவிகிதம் கொரோனா தடுப்பூசி செலுத்திக்கொண்ட முதல் கிராமமாக அறிவிக்கப்பட்டுள்ளது.

16

தடுப்பூசித் துணை என்றால் என்ன? இது எவ்வாறு செயல்படுகிறது?

தடுப்பூசித் துணை (வேக்சின் அட்ஜுவன்ட்) என்பது தடுப்பூசியின் நோயெதிர்ப்பு சக்தியை அதிகரிப்பதற்காகத் தடுப்பூசியுடன் கலக்கப்படும் பிற மூலக்கூறுகள். காஸ்டன் ரமோன் என்னும் ஆராய்ச்சியாளர் அட்ஜுவன்ட்களைக் கண்டு பிடித்தார். அவர் டிப்தீரியா, டெட்டனஸ் தடுப்பூசியை உருவாக்கும்போது, அந்த ஆன்டிஜெனில் சேர்க்கப்படும் அட்ஜுவன்ட்கள் நோயெதிர்ப்பு சக்தியை மேம்படுத்துகிறது என்பதை உறுதிப்படுத்தினார். ஆன்டிஜெனுடன் 'சண்டையிடும்' ஆன்டிபாடிகளை உருவாக்கவும் மற்றும் நோயெதிர்ப்பு மண்டலத்திற்கு உதவும் வகையிலும் இவை ஆன்டிஜெனுடன் செலுத்தப் படுகின்றன.

தடுப்பூசித் துணை நமக்கு நீண்ட கால நோயெதிர்ப்பு சக்தியைக் கொடுக்கிறது. உதாரண மாக, அலுமினிய உப்புகள் சில தடுப்பூசிகளில் அட்ஜுவன்ட்களாகப் பயன்படுத்தப்படு கின்றன. ஆன்டிபாடிகளின் செயல்பாடுகளை மேம்படுத்துவதில் அலுமினிய அட்ஜுவன்ட்கள் மிகவும் பயனுள்ளவையாக உள்ளன. குறிப்பாக, இன்ஃப்ளூயன்ஸா தடுப்பூசிகளில் அட்ஜுவன்ட் களாக 'ஆலம்' சேர்க்கப்படுகிறது. அட்ஜுவன்ட்கள் 90 ஆண்டுகளுக்கும் மேலாகத் தடுப்பூசியில் பயன்படுத்தப்பட்டு வருகின்றன. தற்போது, 30க்கும் மேற்பட்ட அட்ஜுவன்ட்கள் உரிமம் பெறப்பட்டு தடுப்பூசிகளில் முக்கியக் கூறுகளாக இருக்கின்றன.

நேரடித் தடுப்பூசிகள், ஆர்.என்.ஏ தடுப்பூசிகள், வைரஸ் திசையன் தடுப்பூசிகள் இந்த அட்ஜுவன்ட்களைக் கொண்டிருக்க வில்லை. ஏனென்றால், இவை இயல்பாகவே நோயெதிர்ப்பு சக்தியைத் தூண்டக்கூடியவை ஆகும். மாறாக, செயலற்ற தடுப்பூசிகள், புரதத் தடுப்பூசிகளுக்கு அட்ஜுவன்ட்கள் தேவைப் படுகின்றன. இப்போது பயன்பாட்டில் உள்ள சில கோவிட்-19 தடுப்பூசிகளில் அலுமினிய உப்புக்கள் அட்ஜுவன்ட்களாக உள்ளன.

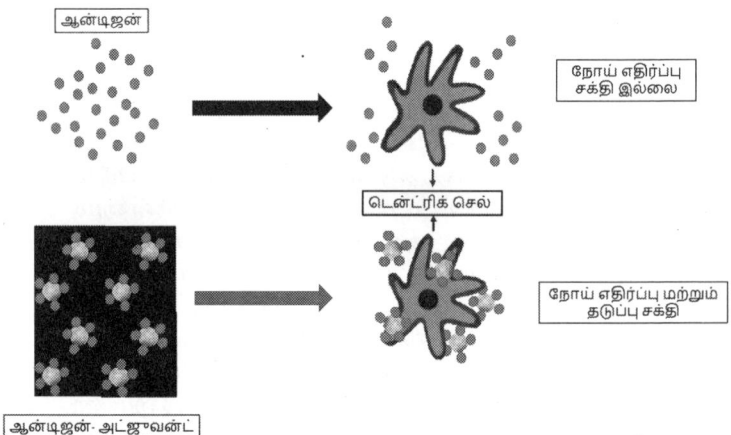

17

மனிதர்களிடமிருந்து விலங்குகளுக்கு கொரோனா தொற்று பரவுமா?

இதுவரை கிடைத்த தகவல்களின் அடிப்படையில், மனிதர்களிடமிருந்து விலங்குகளுக்கு கொரோனா வைரஸ் பரவுவதற்கான வாய்ப்பு குறைவாகவே இருப்பதாகக் கருதப்படுகிறது. கோவிட்–19ஐ ஏற்படுத்தும் இந்த வைரஸ், சில சூழ்நிலைகளில் மனிதர்களிடமிருந்து விலங்குகளுக்குப் பரவலாம். ஆகையால், இந்த வைரஸால் விலங்குகள் எவ்வாறு பாதிக்கப்படலாம் என்பதைப் புரிந்துகொள்ளக் கூடுதல் ஆய்வுகள் தேவைப்படுகின்றன. "தலைகீழ் ஜூனோசிஸ்" (ரிவர்ஸ் ஜூனோசிஸ்) என்பது மனிதர்களிடமிருந்து விலங்குகளுக்குப் பரவும் நோய்களைக் குறிக்கிறது. நாமும் விலங்குகளுக்குப் பல நோய்களைப் பரப்புகிறோம் என்பதை மறந்துவிடக் கூடாது.

சமீபத்திய ஆய்வில், நம்மிடம் உள்ள 21 பாக்டீரியாக்கள், 12 வைரஸ்கள், 7 பூஞ்சைகள் மூலம் நோய்க்கிருமிகளை நாம் விலங்குகளுக்குப் பரப்ப முடியும் எனக் கண்டறியப்பட்டுள்ளது. மனிதர்களிடம் இருக்கும் பதோஜென்களில் சுமார் 61.6% நோய்க்கிருமிகளாகவே கருதப்படுகின்றன. இவை பல வகையான விலங்குகளை பாதிக்கக் கூடியவையாகவும் உள்ளன. நாம் சுற்றுச்சூழலையும் காட்டு உயிரினங்களையும் பாதுகாக்கவில்லை என்றால் கோவிட்–19விட மிகவும் ஆபத்தான நோய்களை எதிர்கொள்ள நேரிடும் என ஐ.நா. சபையைச் சேர்ந்த நிபுணர்கள் எச்சரித்துள்ளனர்.

உதாரணமாக, 2020இல், நியூயார்க் நகரத்தின் பிராங்க்ஸ் மிருகக்காட்சி சாலையில் ஐந்து புலிகளும் மூன்று சிங்கங்களும் கோவிட்–19 நோயால் பாதிக்கப்பட்டன. 2020 டிசம்பரில், ஸ்பெயினில்

உள்ள பார்சிலோனா மிருகக்காட்சி சாலையில் நான்கு சிங்கங்கள் கொரோனா வைரஸால் பாதிக்கப்பட்டன. இந்த விலங்குகளுக்கு வைரஸ்தொற்று, அதன் காப்பாளர்களிடமிருந்து பரவியதாகத் தெரியவந்தது. உலக அளவில், பூனைகள், நாய்கள், உள்ளிட்ட சில செல்லப் பிராணிகள், இந்த கொரோனா வைரஸால் பாதிக்கப்பட்டுள்ளதாக அறிவிக்கப்பட்டுள்ளது. எனவே, கோவிட்-19 நோய் உறுதிப்படுத்தப்பட்டவர்கள் செல்லப் பிராணிகள், கால்நடைகள், வன விலங்குகள் உள்ளிட்ட விலங்குகளுடன் தொடர்புகொள்வதைத் தவிர்க்க வேண்டும்.

ஹைதராபாத்தில், நேரு விலங்கியல் பூங்காவில் உள்ள எட்டுச் சிங்கங்கள் இந்த கொடிய கொரோனா வைரஸால் பாதிக்கப்பட்டன. இந்தச் சிங்கங்கள் வறட்டு இருமல், நாசி சளி வெளியேற்றம், பசியின்மை போன்ற அறிகுறிகளைக் கொண்டிருந்தன. இந்த நோய், விலங்குக் காப்பாளர்கள் மூலமாக சிங்கங்களுக்குப் பரவியதாகக் கண்டறியப்பட்டது. சென்னைக்கு அருகிலுள்ள வண்டலூரில் உள்ள விலங்கியல் பூங்காவில், பதினொரு சிங்கங்களில் ஒன்பது சிங்கங்களுக்கு இந்த நோய்த் தொற்று கண்டறியப்பட்டது. இந்தத் தோற்றால், அங்கே இருந்த ஒன்பது வயது சிங்கம் 'நீலா' இறந்துபோனது.

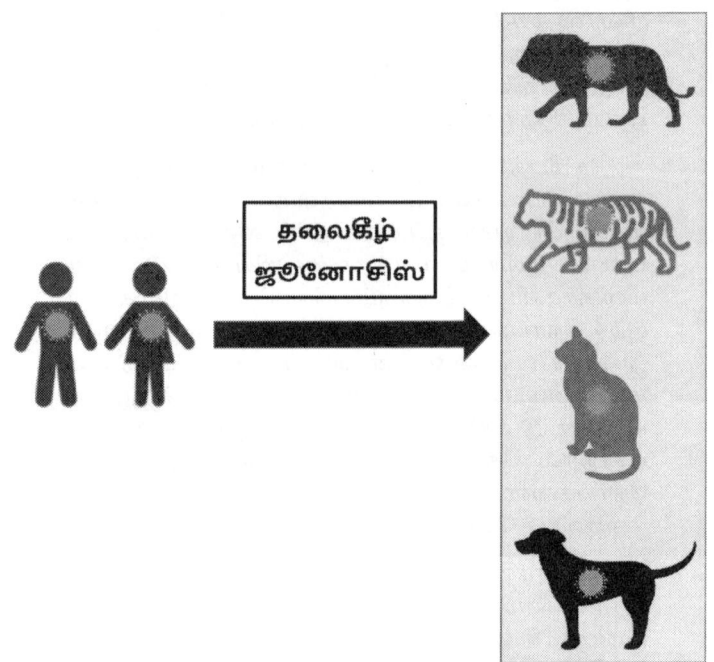

இரா. மகேந்திரன், ஜெ. பழனிவேல்

18

கொரோனா தொற்றைக் கண்டறியத் தற்போது நடைமுறையில் உள்ள பரிசோதனைகள் யாவை?

ஆர்.டி.பி.சி.ஆர். பரிசோதனை

கொரோனா தொற்றை உறுதி செய்யும் முக்கியமான சளிப் பரிசோதனை 'ஆர்.டி.பி.சி.ஆர்' சோதனையாகும். கொரோனா அறிகுறிகள் தோன்றத் தொடங்கிய 3ஆம் நாளில் இதை மேற்கொள்ள வேண்டும். கொரோனா வைரஸில் உள்ள குறிப்பிட்ட மரபணுப் பொருளைக் கண்டறிய "பாலிமரேஸ் சங்கிலி எதிர்வினை" *(polymerase chain reaction)* சோதனை செய்யப்படுகிறது. தொற்று உறுதியானவர்கள் மருத்துவரிடம் ஆலோசனை பெற்று, ஆரம்பக் கட்ட மாத்திரைகளைப் பெற்றுக் கொண்டு தனிமைப்படுத்திக்கொள்ள வேண்டும். அடுத்த இரண்டு வாரங்களுக்குத் தங்கள் உடலின் ஆக்ஸிஜன் அளவைத் துடிப்பு ஆக்சிமீட்டரில் *(Pulse Oximeter)* தினமும் நான்கு முறை பரிசோதித்து வர வேண்டும். ஆறு நிமிட நடைப் பயிற்சிக்குப் பின் அது 95%க்கு மேல் இருந்தால் சரியான அளவு. தொற்று அறிகுறிகள் ஒவ்வொன்றாகக் குறைந்து, ஆக்ஸிஜன் அளவு தொடர்ந்து 95%க்கு மேல் இருந்தால், கொரோனா தொற்றிலிருந்து குணமடைந்ததாக அறியலாம்.

'ஆன்டிஜென்' பரிசோதனை

இது மிக எளிமையான, துரிதமான பரிசோதனை. ஆர்.டி.பி.சி.ஆர். பரிசோதனைக்கு வசதி இல்லாத

இடங்களிலும், கொரோனா அதிக அளவில் உள்ள பகுதிகளிலும், இந்தத் தொற்றால் பாதிக்கப்பட்டவர்களை உடனடியாகத் தனிமைப்படுத்துவதற்கு இந்தப் பரிசோதனை உதவுகிறது. விரைவான நோயறிதல் சோதனைகள், ஒரு நபரின் சுவாசக் குழாயிலிருந்து எடுத்த மாதிரியில் சார்ஸ்-கோவிட்-2 வைரஸால் வெளிப்படுத்தப்படும் "புரதங்கள்" (ஆன்டிஜென்கள்) இருப்பதைக் கண்டறிய உதவுகிறது. இந்த மாதிரியில் குறிப்பிடத்தக்க அளவு "ஆன்டிஜென்கள்" இருந்தால், அது சென்சாரில் உள்ள குறிப்பிட்ட ஆன்டிபாடிகளுடன் பிணைக்கப்பட்டு, முப்பது நிமிடங்களுக்குள் நமது பார்வைக்குப் புலப்படக்கூடிய 'சமிக்ஞை'யை உருவாக்குக்கின்றன.

ரத்தப் பரிசோதனைகள்

முழுமையான ரத்த எண்ணிக்கை எனும் ரத்தப் பரிசோதனையில் நமது வெள்ளையணுக்களின் மொத்த எண்ணிக்கை 4,000க்குக் குறையாமலும், நிண அணுக்களின் (லிம்போசைட்ஸ்) எண்ணிக்கை 20 சதவீதத்துக்கு அதிகமாகவும் இருக்க வேண்டும். உடலில் கிருமிக்கு எதிரான போராட்டத்தில் 'சைட்டோகைன் புயல்' எனும் தடுப்பாற்றல் மிகைச் செயல்பாடு நிகழ்கிறது. அதன் காரணமாக நுரையீரல் திசுக்கள் பெரிதும் பாதிக்கப்படுகின்றன. ரத்த உறைவு, பிற பாக்டீரியா தொற்றுகள் உள்ளிட்ட ஆபத்துகளும் அந்த நேரத்தில் ஏற்பட்டு மூச்சுத் திணறல் உண்டாகிறது.

சி.டி. ஸ்கேன் பரிசோதனை

கணினிமயமாக்கப்பட்ட டோமோகிராஃபி ஸ்கேன் (சி.டி. ஸ்கேன்) என்பது கணினி, சுழலும் அமெரி எக்ஸ்ரே இயந்திரங்களைப் பயன்படுத்தி உடலின் குறுக்குவெட்டுப் படங்களை எடுக்கப் பயன்படுத்தப்படுகிறது. இந்த சி.டி. ஸ்கேன் படங்கள், சாதாரண எக்ஸ்ரே படங்களைவிட விரிவான தகவல்களை நமக்கு வழங்குகின்றன. இவை, உடலில் உள்ள மென்மையான திசுக்கள், ரத்த நாளங்கள், எலும்புகளில் ஏற்பட்ட பாதிப்புகளைக் கண்டறியப் பயன்படுகின்றன. மருத்துவரின் ஆலோசனைப்படி, கொரோனா தொற்றின் அறிகுறிகள் ஆரம்பித்த 5 நாட்களுக்குள் சி.டி. ஸ்கேன் எடுப்பது சரியாக இருக்கலாம். ஆர்.டி.பி.சி.ஆர். பரிசோதனையில் தொற்று இருப்பதாக உறுதி செய்யப்பட்டவர்கள் அனைவரும் இந்தப் பரிசோதனையை மேற்கொண்டுவிடுவது நல்லது. மொத்த வெள்ளையணுக்கள்

4,000-க்குக் கீழ் உள்ளவர்கள், நிண அணுக்கள் 20 சதவீதத்திற்கும் கீழ் உள்ளவர்கள், கொரோனா அறிகுறிகள் உள்ளவர்கள் சி.டி. ஸ்கேன் எடுத்துக்கொள்ள வேண்டும். கொரோனா தொற்று நுரையீரலைப் பாதித்துள்ளதா என்பதையும், பாதிப்பு எந்த நிலையில் உள்ளது என்பதையும் சி.டி. ஸ்கேனில் ஆரம்பத்திலேயே தெரிந்துகொள்ளலாம்.

19

கோவிட்–19 எதிர்ப்பு சிகிச்சையில் 2–டி.ஜி. (2–டியோக்ஸி–டி–குளுக்கோஸ்–2DG) மருந்து எவ்வாறு பயன்படுகிறது?

2–டியோக்ஸி–டி–குளுக்கோஸ் என்பது ஹைட்ரஜனால் மாற்றப்பட்ட 2–ஹைட்ராக்ஸில் தொகுதியைக் கொண்ட ஒரு குளுக்கோஸ் மூலக்கூறாகும். இதனால், இந்த மூலக்கூறை மறுபடியும் கிளைகாலிசிஸுக்கு உட்படுத்த முடியாது. இது மறுபயன்பாட்டு மருந்து. ஏற்கனவே, இந்த 2–டி.ஜி. மருந்து, கட்டிகளுக்கும் புற்றுநோய்க்கும் சிகிச்சையளிப்பதற்காகப் பயன் படுத்தப்பட்டுவருகிறது. மே 8, 2021இல், இந்திய மருந்துக் கட்டுப்பாட்டுக் கழகம், 2–டியோக்ஸி–டி–குளுக்கோஸ் அடிப்படையிலான கோவிட் எதிர்ப்பு மருந்துக்கு ஒப்புதல் அளித்தது. இது கொரோனா வைரஸ் நோயாளிகளுக்குத் துணை சிகிச்சை மருந்தாகப் பயன்படுத்தப்படுகிறது. மருத்துவமனையில் சேர்க்கப்பட்ட கோவிட் –19 நோயாளிகளுக்கு மருத்துவர்களின் பரிந்துரையின் படி கொடுக்கப்படுகிறது. இந்த மருந்து, வைரஸ் பாதிக்கப்பட்ட செல்களில் குவிந்து வைரஸ் ‘பிரதி’ எடுத்தல், அதன் ‘ஆற்றல்’ உற்பத்தி ஆகியவற்றை நிறுத்துவதன் மூலம் வைரஸின் பெருக்கத்தைக் கட்டுப்படுத்துகிறது. எனவே, இந்த மருந்து, மருத்துவ மனையில் அனுமதிக்கப்பட்ட கொரோனா நோயாளிகளைத் தொற்றிலிருந்து விரைவாக மீட்க உதவுகிறது. குறிப்பாக, இந்த 2–டி.ஜி. மருந்து ஏற்கனவே நோயால் கடுமையாக பாதிக்கப்பட்டு ஆக்ஸிஜன் சார்புநிலையை எதிர்கொள்ளும்

நோயாளிகளை விரைவில் குணப்படுத்துகிறது. மருத்துவப் பரிசோதனைகளின்போது, கோவிட்-19 நோயால் பாதிக்கப்பட்ட நோயாளிகளை குணப்படுத்துவதில் இந்த 2-டி .ஜி. சிறப்பாகச் செயலாற்றுவது குறிப்பிடத்தக்கதாகும். முக்கியமாக, வைரஸின் வளர்ச்சியை நிறுத்துவதால், இந்த மருந்து வைரஸின் பிறழ்வுகளுக்கு எதிராகவும் செயல்படுகிறது.

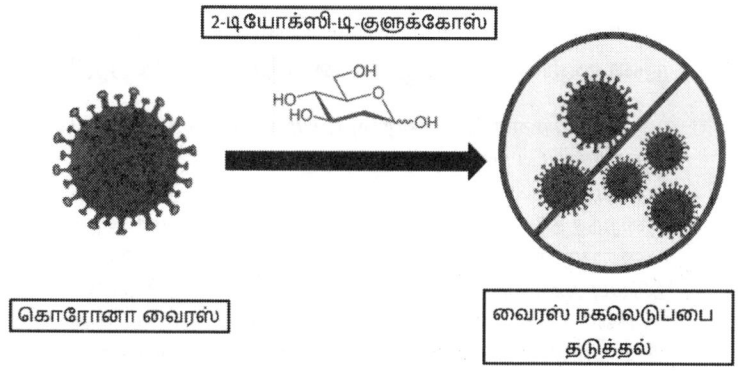

20

கோவிட்–19 சிகிச்சையில் செயற்கை நுண்ணறிவு எவ்வாறு பயன்படுத்தப்படுகிறது?

செயற்கை நுண்ணறிவு *(Artificial Intelligence - AI)* தொழில்நுட்பத்திற்கு முந்தைய காலகட்டத்தில், ஒரு தடுப்பூசியையோ அல்லது மருந்தையோ கண்டுபிடிக்கக் குறைந்தது 10 ஆண்டுகளாவது ஆகும். பல்வேறு வகையான வேதியியல் மூலக்கூறுகளைக் கலந்து, தடுப்பு மருந்துக்களை உருவாக்கப் பல ஆண்டுகள் ஆயின. பின்னர், இவை, விலங்குகள், மனிதர்கள் மீது பரிசோதிக்கப்பட்டன. அதன் பின்னர்தான் பயன்பாட்டிற்கு வந்தன. எனவே, இது வெகு காலமாகும் செயல்முறை ஆகும். ஆனால், இப்போது செயற்கை நுண்ணறிவின் ஒரு பகுதியான 'இயந்திர வழி கற்றல்' *(Machine Learning)* தொழில்நுட்பத்தால் சில மாதங்களிலேயே ஒரு நோய்க்கு எதிரான மருந்துகளை ஆராய்ச்சியாளர்கள் உருவாக்கிவருகின்றனர்.

புதிய நோய்களுக்கு எதிராகவும் சிகிச்சை அளிக்கவும் விளைவுகளை எதிர்நோக்கவும் செயற்கை நுண்ணறிவு, வலைதள நுட்ப முறைகள் (இன்டர்நெட் ஆஃப் திங்ஸ்), பெருந்தகவல் தொகுப்பு (பிக் டேட்டா) போன்ற புதிய தொழில்நுட்பங்கள் பயன்படுத்தப் பட்டுவருகின்றன. செயற்கை நுண்ணறிவு நுட்பத்தை ஜான் மெக்கார்த்தி 1956இல் அறிமுகம் செய்தார். அவர் இதை "அறிவார்ந்த இயந்திரங்களை உருவாக்கும் அறிவியல், பொறியியல்" என்று வரையறுத்தார். கோவிட்–19ஐக் கண்டறியவும் பகுப்பாய்வு செய்வதற்கும் தடுப்பதற்கும் செயற்கை நுண்ணறிவு முக்கியத் தொழில்நுட்பமாக விளங்குகிறது. மேலும், சந்தேகத்திற்கிடமான நபர்களின் கொரோனா வைரஸ் தொற்றைத்துல்லியமாகக் கண்டறிதல், நோயாளிகளின் உடல் நலத்தைக் கண்காணித்தல், உகந்த சிகிச்சைத்

திட்டத்தை வழங்குதல், நோய்த் தொகுப்புகளை அடையாளம் காண்பது, எதிர்கால வைரஸ் பரவல்கள் பற்றிய முன்கணிப்பு, நோய் மேலாண்மை, மருத்துவப் பதிவு பராமரிப்பு என அனைத்திலும் செயற்கை நுண்ணறிவு வெற்றிகரமாகப் பயன்படுத்தப்படுகிறது. இந்த வைரஸ் காற்றில் வேகமாகப் பரவுவதால், இதைக் கட்டுப்படுத்த நோயாளிகளுடன் மற்றவர்களின் தொடர்பைத் தடுப்பது முக்கியமாகும். அதனால், செயற்கை நுண்ணறிவு மூலம் இயங்கும் எந்திரன்கள் (ரோபோக்கள்) கிருமிநாசினியைத் தெளிக்கவும் நோயாளிகளுக்கு உணவையும் மருந்துகளையும் கொடுக்கவும் பயன்படுத்தப்படுகின்றன. நோயாளிகளின் படுக்கை அறையையும் மருத்துவமனையையும் சுத்தப்படுத்துவதற்கு எந்திரன்கள் பயன்படுகின்றன.

சமீபத்தில், இந்த வைரஸால் நுரையீரலில் ஏற்பட்ட நிமோனியாவின் தாக்கத்தை கம்ப்யூட்டட் டோமோகிராபி (Computed Tomography–CT) மூலம் செயற்கை நுண்ணறிவுத் துணையுடன் மிகவும் துல்லியமாக அறிய முடிகிறது. இந்தச் சோதனை, சார்ஸ்–கோவிட்–2 வைரஸின் வழக்கமான ஆர்.டி.–பி.சி.ஆர் சோதனையுடன் ஒப்பிடும்போது விரைவாக முடிவுகளைக் காட்டியது. இதில், 100% நம்பகத்தன்மை இல்லை என்றாலும், தினமும் ஆயிரக்கணக்கில் மருத்துவமனைக்கு வரும் புதிய நோயாளிகளுக்கு உடனடியாக சிகிச்சை அளிப்பதற்கு உதவியாக இருந்துவருகிறது. குறிப்பாக, காய்ச்சலால் பாதிக்கப் பட்டவர், 'சாதாரண' வைரஸ் காய்ச்சல் நோயாளியா அல்லது 'கோவிட்–19' காய்ச்சல் நோயாளியா எனப் பிரித்தறியவும் செயற்கை நுண்ணறிவு பயன்படுகிறது.

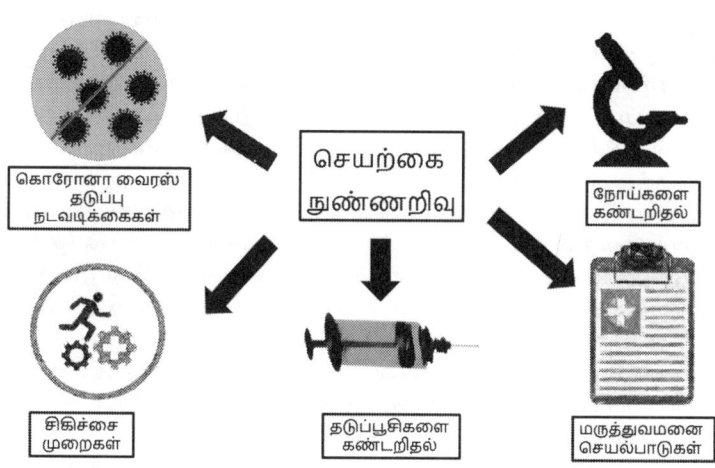

இந்த சார்ஸ்–கோவிட்–2 கொரோனா வைரஸ் நிமோனியாவை மற்ற நிமோனியாகளுடன் வேறுபடுத்துவதற்காக, மற்றொரு இயந்திர வழிக் கற்றல் முறையான ஆழ்நிலை பயிலல் (டீப் லேர்னிங்) மூலம் ஆராய்ச்சியாளர்கள் மென்பொருட்களை உருவாக்கியுள்ளனர். கோவிட்–19ஐக் கண்டறிதலில், COVNet செயற்கை நியூரான் தொகுப்புக்கள் எனப்படும் மாதிரியை மென் பொருள் வல்லுநர்கள் உருவாக்கியுள்ளனர். மேலும், கோவிட்–19 ஏற்படுத்தும் நிமோனியாவின் ஒரு தொகுப்பைக் கண்டறிந்து, இயந்திரக் கற்றல் முறையைப் பயன்படுத்தி, கிடைக்கக்கூடிய தரவுகளின் அடிப்படையில் கோவிட்–19 பரவல் மூலத்தையும் கணித்துள்ளனர். இது, நமது செல்லில், வைரஸின் நுழைவுக்கும் நகலெடுப்பிற்கும் காரணமான முக்கியப் புரதங்களின் கட்டமைப்பைக் கணிக்க உதவியது.

வைரஸில் உள்ள புரதங்களைச் செயலிழக்கச் செய்யும் மருந்துகளைக் கண்டுபிடிக்க விஞ்ஞானிகள் செயற்கை நுண்ணறிவைப் பயன்படுத்துகின்றனர். கூகிள் டீப் மைண்ட் மூலம் சார்ஸ்–கோவிட்–2 சவ்வு புரதம், புரதம் 3 A, என் எஸ் பி 2–6 போன்ற புரதக் கட்டமைப்புகள் கணிக்கப்பட்டன. மேலும், செயற்கை நுண்ணறிவுத் தொழில்நுட்பங்கள், இந்த வைரசுக்கு எதிரான மருந்து கண்டுபிடிப்பு, சிகிச்சை முறைகள், தடுப்பூசி வளர்ச்சித் திட்டங்களிலும் பெரும் பங்கு வகிக்கின்றன. குறிப்பாக, மருந்து ‘சரிபார்ப்பு’ செயல்முறைகளை விரைவுபடுத்துவதன் மூலம் ஒரு மருந்தைப் பயன்பாட்டிற்குக் கொண்டுவருவதற்குத் தேவையான நேரத்தைச் செயற்கை நுண்ணறிவு குறைக்கிறது.

கோவிட்–19க்கு எதிரான முக்கிய மருந்தாக ‘பாரிசிட்டினிபி’ஐ அடையாளம் காட்டியது செயற்கை நுண்ணறிவுத் தொழில் நுட்பமாகும். மேலும், செயற்கை நுண்ணறிவைப் பயன்படுத்தி ‘இன்சிலிகோ மெடிசின்’ மூலம் கோவிட்–19க்கு எதிராகப் பல ஆன்டி–வைரல் மூலக்கூறுகள் அடையாளம் காணப்பட்டுள்ளன. இவ்வாறு, செயற்கை நுண்ணறிவைப் பயன்படுத்துவதன் மூலம் தடுப்பூசி, மருந்து கண்டுபிடிப்பின் வேகத்தைப் பன்மடங்கு துரிதப்படுத்தலாம். ஆங் எனும் ஆராய்ச்சியாளர் “தடுப்பு மருந்து தலைகீழ்–இயந்திர வழிக் கற்றல்” என்ற தளத்தைப் பயன்படுத்தி கோவிட்–19க்கான பல தடுப்பு மருந்துக்களைக் கணித்துள்ளார். மாசாசூசெட்ஸ் தொழில்நுட்ப நிறுவன ஆராய்ச்சியாளர்கள் செயற்கை நுண்ணறிவுக் கருவி ஒன்றை உருவாக்கியுள்ளனர். இது ஒரு நபரின் இருமலைக் கொண்டு அவர் கோவிட்–19ஆல் பாதிக்கப்பட்டவரா, இல்லையா என்பதைத் தீர்மானிக்கிறது. இதன் மூலம், கோவிட்–19ஆல் பாதிக்கப்பட்டு, ஆனால் அறிகுறியின்றி இருப்பவர்களின் இருமலைக் கொண்டு அவர்களை எளிதில் அடையாளம் காண முடியும்.

21

பிளாஸ்மா சிகிச்சை என்றால் என்ன? அது கோவிட்–19 சிகிச்சையில் எவ்வாறு பயன்படுகிறது?

பிளாஸ்மா சிகிச்சை முறை மருத்துவ உலகிற்குப் புதிதல்ல. 1890ஆம் ஆண்டு கண்டுபிடிக்கப்பட்ட பிளாஸ்மா தெரபி சிகிச்சைக்காக, ஜெர்மனி ஆராய்ச்சியாளர் எமில் வோன் பெஹ்ரிங் மருத்துவத்திற்கான முதல் நோபல் பரிசைப் (1901) பெற்றார். இவர் தொண்டை அடைப்பான் பாதிப்புக்கு உள்ளான முயலின் ரத்தத்திலிருந்து, நோயெதிர்ப்பு அணுக்களைப் பிரித்தெடுத்தார். பின்னர், அதை மனிதர்களுக்கு உண்டான தொண்டை அடைப்பான் நோய்க்கான (டிப்திரியா) சிகிச்சைக்கு வெற்றிகரமாகப் பயன்படுத்தினார். இந்த நோய், காரின்பாக்டீரியம் டிப்திரியா எனும் பாக்டீரியாவால் ஏற்படுகிறது. அதன் பிறகு 1918ஆம் ஆண்டு, ஸ்பானிஷ் ஃப்ளு தொற்றுநோய் பரவியபோதும், இந்த பிளாஸ்மா தெரபி சிகிச்சை முறை அளிக்கப்பட்டது. மேலும், சார்ஸ், ரேபிஸ், டிப்தீரியா, மெர்ஸ், எபோலா போன்ற நோய்கள் பரவலின்போதும், இந்த பிளாஸ்மா தெரபி சிகிச்சை மூலம் பலர் காப்பாற்றப்பட்டனர்.

இந்த சிகிச்சையின் அடிப்படைக் கோட்பாடு, வைரஸ் நோய்த்தொற்றிலிருந்து மீண்டவர்கள் உடலில், அந்த தொற்றினை அழிக்கும் 'பிளாஸ்மா' உருவாகியிருக்கும் என்பதாகும். ஏனென்றால், கோவிட்–19இலிருந்து குணமானவர்களின் உடலில் உருவாகியிருக்கும் நோய் எதிரணுக்கள் அவர்களின் ரத்தத்தில் உள்ள பிளாஸ்மாவில்தான் இருக்கும். இந்த அடிப்படையில், கோவிட்–19

காய்ச்சலிலிருந்து மீண்ட நோயாளிகளின் ரத்தத்தைப் பெற்று, அதிலிருந்து 'பிளாஸ்மா' என்னும் திரவத்தைப் பிரித்தெடுக் கிறார்கள். பின்னர், இந்த நோயால் பாதிக்கப்பட்டுள்ள மற்ற நோயாளிகள் உடலில் இந்த பிளாஸ்மா செலுத்தப்படும்போது, அவர்கள் உடலில் உள்ள கொரோனா வைரசைச் செயலிழக்கச் செய்கிறது. இந்த முறையின் மூலம், தீவிர கோவிட்–19 நோயாளிகள் சிலர் ஆபத்தான கட்டத்திலிருந்து மீண்டார்கள். இந்த வைரஸ்தொற்று பாதித்தவர்களுக்கு கொடுக்கப்படும் ஸ்டீராய்டு உள்ளிட்ட சில மற்றும் இதர மருந்துகள் பலனளிக்காத போதும், நோயாளிகளுக்கு ஆக்சிஜன் தேவை தொடர்ந்து அதிகரிக்கும்பொழுதும், இந்த பிளாஸ்மா தெரபியின் மூலம் நோயிலிருந்து குணமடைவதற்கான வாய்ப்புகள் உள்ளதாக நிரூபிக்கப்பட்டுள்ளது. மேலும், பிளாஸ்மாவை நோய் வரும் முன்னரே, தடுப்பு மருந்தாகப் பயன்படுத்துவதற்கான ஆராய்ச்சி யும் நடைபெற்றுவருகிறது. ஆனால், கொரோனா தொற்றுக்கு மட்டுமல்ல, எந்த ஒரு வைரஸ் தொற்றுக்கும் பிளாஸ்மா சிகிச்சை முறையை உலக சுகாதார நிறுவனம் பரிந்துரைக்கவில்லை என்பது குறிப்பிடத்தக்கது.

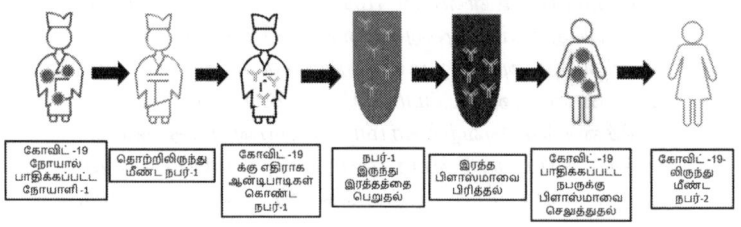

22

சைட்டோகைன் புயல் என்றால் என்ன? கோவிட்–19 சிகிச்சையில் இதன் தாக்கங்கள் என்ன?

சைட்டோகைன் புயல் என்பது, வைரஸுக்கு எதிராக நமது உடலில் உள்ள நோயெதிர்ப்பு சக்தியின் அதீத எதிர்வினையாகும். இந்த எதிர்வினை வைரஸைத் தடுக்காமல் நோயாளியின் உயிருக்குச் சில நேரங்களில் ஆபத்தாகிவிடுகிறது. பொதுவாக, வைரஸ்கள் நம் உடலில் நுழையும்போது அதைக் கண்டறிந்து, உடலில் உள்ள வெள்ளை அணுக்கள் அந்தக் குறிப்பிட்ட வைரஸுக்கு எதிராகச் சில புரதங்களை வெளியிடும். இந்தப் புரதங்களே "சைட்டோகைன்" என அழைக்கப் படுகின்றன. உதாரணமாக, இன்டெர்லியுகின்–6, இன்டெர்லியுகின்–10 புரதங்களைக் குறிப்பிடலாம்.

நமது உடம்பில் ஒரு உறுப்பில் வைரஸ் தாக்கும்போது இந்த சைட்டோகைன்கள் எதிர்வினையாற்றும். அப்போது உடம்பின் மற்ற பகுதிகளிலிருந்தும் சைட்டோகைன்கள், இந்த வைரஸ் தாக்குதல் நடக்கும் உறுப்புகளில் ஒன்றுகூடும் தன்மை கொண்டவை. இவை, இதயத் துடிப்பையும் உடல் வெப்பத்தையும் அதிகரித்தும், ரத்தக் கட்டுகள் ஏற்படுத்தியும் வைரஸ் தாக்குதலைத் தடுக்கும். வைரஸ் தாக்குதலை நிறுத்தி விட்டால் இந்த 'எதிர்வினைகள்' குறைந்துவிடும். ஆனால், சில நேரங்களில் இதுபோன்ற எதிர்வினை கட்டுப்பாடில்லாமல் தொடர்ந்துகொண்டே இருக்கும். அந்த நிகழ்வுதான் 'சைட்டோகைன் புயல்' எனப்படுகிறது. இதனால், சில சமயங்களில் நமது கல்லீரல், நுரையீரல், சிறுநீரகம் போன்ற உறுப்புகள் பாதிப்படைந்து உயிருக்கு

ஆபத்தாகக்கூடும். கார்டிகோ ஸ்டீராய்டுகள் கொண்டு சில சைட்டோகைன்களின் செயல்பாட்டைத் தடுக்க முடியும் என மருத்துவர்கள் கூறுகின்றனர்.

சைட்டோகைன் புயல் அறிகுறிகளாகக் காய்ச்சல், குளிர், உடல் சோர்வு, குமட்டல், வாந்தி, தசை, மூட்டு வலிகள், மூச்சுத் திணறல், குழப்பம், பிரமைகள் ஆகியவை ஏற்படலாம். குறிப்பாக, மிகக் குறைந்த ரத்த அழுத்தம், ரத்தத்தில் குறைந்த ஆக்ஸிஜன், அதிக ரத்த உறைவு ஆகியவை கடுமையான சைட்டோகைன் புயலின் அறிகுறிகளாக இருக்கின்றன. இதன் விளைவாக, சைட்டோகைன் புயல் பல உறுப்புகளைப் பாதிக்கலாம். இது உறுப்புகள் செயலிழப்புக்கும் மரணத்திற்கும் வழிவகுக்கிறது. கடந்த காலத்தில், இன்ஃப்ளூயன்ஸா வைரஸ் நோய்த்தொற்றுகள் இந்த சைட்டோகைன் புயலை அதிகம் ஏற்படுத்தியுள்ளன. உதாரணமாக, 1918இல் தோன்றிய இன்ஃப்ளூயன்ஸா தொற்று நோய்களின்போது இளைஞர்களிடையே அதிக இறப்பு விகிதத்திற்கு சைட்டோகைன் புயல் காரணமாக இருக்கலாம் என்று கருதப்படுகிறது.

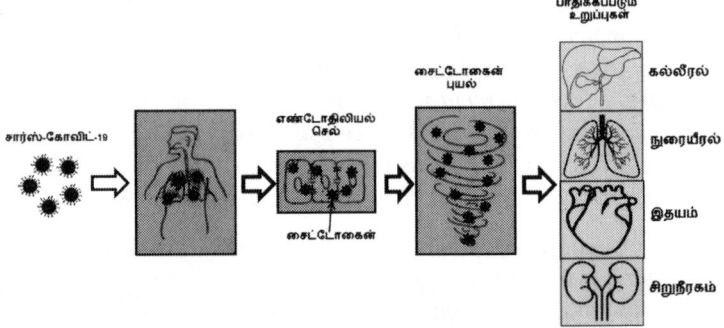

இரா. மகேந்திரன், ஜெ. பழனிவேல்

23

மியூகோமைக்கோசிஸ் என்றால் என்ன? மியூகோமைக்கோசிஸை உருவாக்கும் காரணிகள் யாவை?

மியூகோமைகோசிஸ் என்பது ஒருவகைப் பூஞ்சைத் தொற்று ஆகும். இது மூக்கின் மீது நிறமாற்றம், மங்கலான பார்வை, மார்பு வலி, சுவாச சிரமங்கள், இருமல் ஆகியவற்றை ஏற்படுத்து கிறது. பொதுவாக, இந்தப் பூஞ்சைகள் நமது சுற்றுச்சூழலில் (மண், காற்று) காணப்படுகின்றன. இது "மியூகோமைசிட்ஸ்" எனப்படும் ஒரு வகைப் பூஞ்சைகளால் ஏற்படுகிறது. இந்த நோய், உடல்நலப் பிரச்சினைகள் உள்ளவர்களையும், அதிக அளவில் நோயெதிர்ப்புக் குறைபாடு உள்ளவர்களையும் நீரிழிவு போன்ற நோய்களைக் கொண்டவர்களையுமே பெரும்பாலும் பாதிக் கிறது. இது காற்றில் பரவக்கூடும் என்றாலும், ஒரு நபர் ஆரோக்கியமாக இருக்கும் பட்சத்தில் எந்தப் பிரச்சினையும் ஏற்படாது எனத் தெரிவிக்கப் பட்டுள்ளது.

தீவிர கோவிட்–19 சிகிச்சையில் உள்ள நோயாளிகளுக்குப் பெரும்பாலும் ஸ்டீராய்டு மருந்துகளே செலுத்தப்படுகின்றன. ஏனென்றால், இவை நோயாளியின் சுவாசக் குழாய்களில் உள்ள வீக்கத்தைக் குறைக்கின்றன. அதே நேரத்தில், இந்த நோய்த்தொற்றுக்கு எதிராகப் போராட வேண்டிய ஒரு நபரின் நோயெதிர்ப்பு சக்தியையும் பாதிக்கின்றன. பலவீனமான சிறுநீரகச் செயல்பாடு, நீண்டகாலமாக ஸ்டீராய்டுகளைப் பயன்படுத்துவது, வெள்ளை ரத்த அணுக்கள் குறைந்துவருவது போன்ற நோய்கள் இருப்பவர்களுக்கு இந்தப் பூஞ்சைத் தொற்று ஏற்பட அதிக வாய்ப்பு உள்ள தாகத் தெரிகிறது. குறிப்பாக, கறுப்புப் பூஞ்சை நோய்கள், ஒரு நபரின் சைனஸையும் நுரையீரலையும் பாதிக்கின்றன. முகத்தில் வீக்கம், கடுமையான

தலைவலி, மூக்கில் அல்லது வாயின் மேல் கறுப்புப் புண்கள், மார்பு வலி, மூச்சுத் திணறல் ஆகியவற்றை ஏற்படுத்துவதுடன் சில சமயங்களில் பார்வையைக்கூடப் பாதிக்கிறது. ஸ்டீராய்டு களை முறையாகப் பயன்படுத்துவதும் ரத்த சர்க்கரை அளவைக் கட்டுப்படுத்துவது ஆகியவற்றின் மூலம், கோவிட்–19 நோயாளிகளுக்கு ஏற்படும் கறுப்புப் பூஞ்சை நோய்த்தொற்றைத் தடுக்கலாம் என்று ஆராய்ச்சியில் கண்டறியப்பட்டுள்ளது.

ஆராய்ச்சியாளர்கள் கறுப்புப் பூஞ்சையைவிட வெள்ளைப் பூஞ்சை நோய் மிகவும் ஆபத்தானது என்கிறார்கள். ஏனெனில், இது தோல், வயிறு, சிறுநீரகம், மூளையைக்கூட பாதிக்கும் திறன் கொண்டதாகும். கறுப்புப் பூஞ்சை போலவே, குறைந்த நோய் எதிர்ப்பு சக்தி கொண்டவர்களுக்கும் நீரிழிவு போன்ற மருத்துவப் பிரச்சினைகள் உள்ளவர்களுக்கும் வெள்ளைப் பூஞ்சைத் தொற்று ஏற்பட வாய்ப்புக்கள் அதிகமாக உள்ளன. பொதுவாக, வெள்ளைப் பூஞ்சைத் தொற்று, நமது நாக்கிலிருந்து தொடங்கு கிறது. அது நாக்கை வெண்மையாக மாற்றுகிறது. இந்தப் பூஞ்சை நோயின் அறிகுறிகள், சார்ஸ்–கோவிட்–19 நோய்த்தொற்று அறிகுறிகளைப் போல இருப்பதாக மருத்துவர்கள் கூறுகின்றனர். இதை, சி.டி. ஸ்கேன் பரிசோதனை மூலம் கண்டறிய முடியும். இருமல், காய்ச்சல், வயிற்றுப்போக்கு, நுரையீரலில் கருமையான புள்ளிகள், ஆக்சிஜன் அளவு குறைதல் போன்றவையும் இந்த வெள்ளைப் பூஞ்சைத் தொற்றின் அறிகுறிகள்.

கறுப்புப் பூஞ்சை, வெள்ளைப் பூஞ்சை போலவே, மஞ்சள் பூஞ்சையும் பூஞ்சைத் தொற்று ஆகும். ஆனால், இதன் அறிகுறிகள் மற்ற பூஞ்சை நோய்களைப் போல் இல்லாமல் மிகவும் தாமதமாகவே வெளிப்படுகிறது. அதனால், இந்த மஞ்சள் பூஞ்சை நோயைக் கையாள்வது மிகவும் கடினமானதாகும். ஏனெனில், ஒரு நோயைக் கண்டறிய, அதன் ஆரம்ப கால நோய் அறிகுறிகள் மிகவும் அவசியம். இந்த மஞ்சள் பூஞ்சை தொற்று பசியின்மை, சோம்பல், எடை இழப்பு, உறுப்புகள் செயலிழப்பு, காயங்கள் மெதுவாக குணமாதல், காயங்களிலிருந்து சீழ் வெளியேறுதல், மூடிய கண்கள் என்று கடுமையான அறிகுறிகளை வெளிப்படுத்துகின்றன.

பூஞ்சை நோய் முன்னெச்சரிக்கை நடவடிக்கைகள்:

i) வீட்டையும் சுற்றுப்புறங்களையும் சுத்தமாக வைத்திருத்தல்.

ii) பூஞ்சை வளர்ச்சியைத் தடுக்க வீணான உணவுப் பொருட்களை உடனடியாக அகற்றுதல்.

iii) அதிகப்படியான ஈரப்பதம் பூஞ்சையின் வளர்ச்சியை ஊக்குவிப்பதால் வீட்டின் ஈரப்பதத்தை எப்போதும் கட்டுக்குள் வைத்திருத்தல்.

24

நம் நாட்டு மருத்துவ மூலிகைகள் வைரஸ் தடுப்பு மருந்தாக எவ்வாறு பயன்படுத்தப் படுகின்றன?

மூலிகை மருத்துவம் என்பது மருத்துவ குணம் கொண்ட தாவரங்களைப் பயன்படுத்தி நோய்களைக் குணமாக்கும் முறை. இவை நம் பாரம்பரிய மருத்துவத்தின் அடிப்படை. இதில், குறிப்பிட்ட ஒரு நோய்க்கு சிகிச்சையளிக்கத் தாவரங்களும் அவற்றின் சாறுகளும் பயன்படுத்தப்படுகின்றன நாம் தற்போது பயன்படுத்தும் பல நவீன மருந்துகள், முதன்முதலில் தாவர மூலங்களிலிருந்துதான் பிரித்தெடுக்கப்பட்டன. அவை செயற்கையாகத் தயாரிக்கப்பட்டாலும், மூலிகையில் உள்ள முக்கிய மூலப்பொருள்களையே கொண்டுள்ளன என்பது குறிப்பிடத்தக்கதாகும். இவ்வாறு மூலிகையாகப் பயன்படுத்தப்படும் தாவரங்களின் 'செயல்திறன்' தற்போது வரையறுக்கப்பட்டுவருகிறது. பொதுவாக மூலிகைகள் நோயெதிர்ப்பு சக்தியை அதிகரிக்கின்றன. அழற்சி எதிர்ப்பு, ஆன்டி–வைரல் பண்புகள் ஆகியவற்றையும் கொண்டுள்ளன.

வைரஸ் நோய்த்தொற்றுகளுக்கு சிகிச்சை அளிக்கப் பயன்படுத்தப்படும் மருந்துகள் ஒரு வகை ஆன்டி–வைரல் மருந்துகள் ஆகும். பெரும்பாலான வைரஸ் தடுப்பு மருந்துகள் வைரஸ் நோய்க்கிருமியை அழிக்காமல், அதற்கு பதிலாக அதன் வளர்ச்சியைத் தடுக்கின்றன. ஆன்டி–வைரல் மருந்துக்கள் தொடர்பான ஆராய்ச்சிகள் ஐரோப்பாவில் இரண்டாம் உலகப் போருக்குப் பிறகுதான் தொடங்கப்பட்டன. 1952ஆம் ஆண்டில் இங்கிலாந்தில் உள்ள பூட்ஸ் மருந்து நிறுவனம்,

இன்ஃப்ளூயன்ஸா ஏ வைரஸுக்கு எதிராக 288 தாவரங்களின் சாற்றை வைத்து ஆய்வுகள் செய்தது. 12 தாவரங்கள் வைரஸ் பெருக்கத்தைத் தடுக்கும் திறன் கொண்டவையாக இருந்ததாக அந்த ஆய்வுகள் குறிப்பிடுகின்றன. 1970களில் கனடாவைச் சேர்ந்த ஆராய்ச்சியாளர்கள் ஹெர்பெஸ், சிம்ப்ளக்ஸ் வைரஸ், போலியோ வைரஸ், எக்கோ வைரஸ் ஆகியவற்றிற்கு எதிரான ஆன்டி–வைரல் பண்புகள் திராட்சை, ஆப்பிள், ஸ்ட்ராபெரி பழச்சாறுகளுக்கு உள்ளன என்பதை நிரூபித்தனர்.

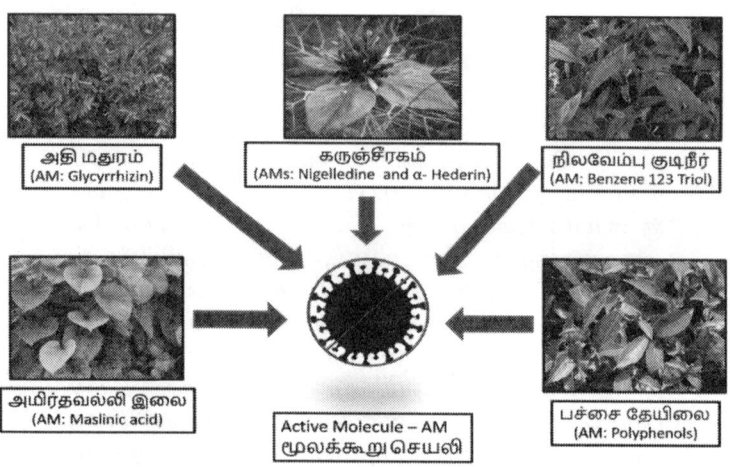

பாரம்பரிய இந்திய மருத்துவம், சீன மருத்துவம், கொரிய மருத்துவம், அரபு உள்நாட்டு மருத்துவம், ஜப்பானிய கம்பே மருத்துவம், பழங்குடியின புஷ் மருத்துவம், ஜார்ஜிய நாட்டுப்புற மருத்துவம் போன்றவை நாட்டுப்புற மருத்துவ மரபுகளுக்கு உதாரணமாக உள்ளன. இந்தியப் பாரம்பரிய மருத்துவ முறை என்பது உலகின் மிகப் பழமையான மருத்துவ நடைமுறைகளில் ஒன்று. இந்தியாவில் அங்கீகரிக்கப்பட்ட பாரம்பரிய மருத்துவ முறைகள், ஆயுர்வேதம், யோகா, யுனானி, சித்தா மற்றும் ஹோமியோபதி (ஆயுஷ்) [Ayurveda, Yoga, Unani, Siddha, and Homoeopathy (AYUSH)] போன்றவை ஆகும். இந்த மூலிகை மருத்துவம் கடந்த காலங்களில் பிளேக், காலரா, ஸ்பானிஷ் காய்ச்சல், சார்ஸ், எச்1என்1 இன்ஃப்ளூயன்ஸா போன்ற தொற்றுகளைக் குணப்படுத்த உதவின என்பது நினைவுகூரத்தக்கது. எனவே, இந்திய மருத்துவத் தாவரங்களை மீண்டும் பயன்படுத்துவதன் மூலம், தற்போதைய இந்தக் கொடிய கோவிட்–19 தொற்றுநோயை எதிர்த்துப் போராடுவதற்கான புதிய சிகிச்சை முறைகளை நாம்

கண்டறியலாம். நம் நாட்டில், இந்தத் தொற்றின் முதல் அலையில் இறப்பு விகிதம் 1.5%க்கும் குறைவாகவே இருந்தது. இது மற்ற நாடுகளுடன் ஒப்பிடும்பொழுது மிகவும் குறைவான இறப்பு விகிதம். இதற்கு, நாம் நோயெதிர்ப்பு சக்தி கொண்ட மருத்துவத் தாவரங்களை உணவாகப் பயன்படுத்துவதுகூடக் காரணமாக இருக்கலாம் எனக் கருதப்படுகிறது. இதுவரை இந்தியா, சீனா, தென் கொரியா என மூன்று நாடுகள் மட்டும் கோவிட்-19 தடுப்புக்கும் மேலாண்மைக்குமான மூலிகை மருத்துவத்தின் விதிமுறைகள் குறித்த வழிகாட்டுதல்களை வெளியிட்டுள்ளன. இந்த மருத்துவ முறையை ஏற்றுக்கொள்வதில் உள்ள தயக்கம் என்னவென்றால், இவற்றின் தயாரிப்பையும் மருந்தியல் திறனையும் நிறுவும் நெறிமுறைகள் சரிவர ஆவணப்படுத்தப்படவில்லை.

25

கொரோனா வைரஸின் பரவலைத் தடுப்பதில் கபசுரக் குடிநீரின் பங்கு என்ன?

கொரோனா பாதிப்புக்கு மருந்து கண்டு பிடிக்கப்படாத நிலையில், நம் உடலின் நோய் எதிர்ப்பு சக்தியை அதிகரித்துக்கொள்வதுதான் கொரோனாவிலிருந்து தப்பிக்கும் வழிகளில் ஒன்றாக இருந்தது. கொரோனா பாதிக்கப்பட்டவர்களுக்குக் கபத்தைக் குறைப்பதற்காக கபசுரக் குடிநீர் அளிக்கப்பட்டுவருகிறது. கபம் என்பது நம் உடலில் உள்ள ஈரப்பதத்தின் அளவாகும். முக்கியமாக, குளிர் காலங்களில் அதிகக் குளிர்ச்சியான உணவுப் பொருட்களை உட்கொள்ளும்போது நம் உடலில் கபத்தின் அளவு அதிகரிக்கிறது.

டெங்கு தாக்கத்தின்போது நிலவேம்புக் குடிநீரைப் பரிந்துரை செய்தது போலவே, தற்போது கோவிட்–19க்கு கபசுரக் குடிநீர் பரிந்துரைக்கப்படுகிறது. இதை மருத்துவர்களின் வழிகாட்டுதலின்படியே பொதுமக்கள் அருந்த வேண்டும் என்று தேசிய சித்த மருத்துவ நிறுவனம் தெரிவித்துள்ளது. இது காய்ச்சல், வறட்டு இருமல், சளி போன்ற பொதுவான சுவாச நோய்களைக் குணமாக்கச் சித்த மருத்துவ முறைகளில் பயன் படுத்தப்படும் மருந்து. கபசுரக் குடிநீரில், சுக்கு, திப்பிலி, இலவங்கம், கருங்காஞ்சொறி வேர், அக்கிரகாரம், கறிமுள்ளி வேர், ஆடாதோடை, கடுக்காய் தோல், கற்பூர வள்ளி இலை, கோஷ்டம், சீந்தில் தண்டு, சிறுதேக்கு, நிலவேம்பு, வட்டத்திருப்பி வேர், கோரைக் கிழங்கு என 15 மூலிகைகள் சேர்க்கப்படுகின்றன. கபசுரக் குடிநீரில் சேர்க்கப்படும்

15 மூலிகைகளில் சில குளிர்ச்சி வீரியத்துடனும் மற்றும் சில பித்த வீரியத்துடனும் இருக்கும். குறிப்பாக, ஒவ்வொரு மூலப்பொருளும் சுவாசக் கோளாறுகளை நீக்கும் தனித்துவமான மருந்தியல் செயல்பாட்டைக் கொண்டுள்ளன. கொரோனா பரவலுக்கு முன்பே கபசுரக் குடிநீர் தேசிய சித்த மருத்துவ நிறுவனத்தில் பயன்படுத்தப்பட்டுவருகிறது என்பது குறிப்பிடத் தக்கதாகும். கொரோனா நோயாளிகள், குழந்தைகள், இளம் வயதினர், முதியவர்கள் என ஒவ்வொருவரும் இந்தக் குடிநீரைப் பருகுவதற்கான அளவை மருத்துவர்கள் வகுத்துள்ளனர். அதன்படி, கொரோனா பாதிக்கப்பட்டவர்களும் அறிகுறிகள் தென்படுபடுவர்களும் தினமும் மூன்று வேளை 40 மில்லி லிட்டர் பருக வேண்டும்.

மருத்துவர்கள், மருத்துவமனையில் பணிபுரிவோர், தூய்மைப் பணியாளர்கள், காவல் துறையினர் என அதிக அளவிலான பொது மக்களோடு தொடர்புடையவர்கள், தினமும் ஒரு வேளை 40 முதல் 50 மில்லிலிட்டர்வரை எடுத்துக் கொள்ளலாம். குறிப்பாக, கோவிட்–19 நோயால் பாதிக்கப் பட்டவர்களோடு நேரடித் தொடர்பில் இருப்பவர்கள், பாதிப்புக்கு ஆளாகக்கூடும் என்ற நிலையில் இருப்பவர்கள் தினமும் இருவேளை 40முதல் 50 மில்லி லிட்டர்வரை பருகலாம். மேலும், 5 வயதுவரை உள்ள குழந்தைகளுக்கு 10 மில்லி லிட்டர் அளவும், 5 முதல் 10 வயதுள்ள குழந்தைகளுக்கு 20 மில்லி லிட்டர் அளவும், 10 வயதிலிருந்து 18 வயதுவரை உள்ளவர்களுக்கு 30 மில்லி லிட்டர்வரையும் தினமும் கொடுக்கலாம்.

கொரோனா தொற்று ஆரம்பித்த நாள் முதல் இன்றுவரை கபசுரக் குடிநீரைச் சிலர் தொடர்ந்து குடித்துக்கொண்டே இருக்கிறார்கள். இது மிகவும் தவறு. ஏனென்றால், இது கேஸ்ட்ரைட்டிஸ் எனப்படும் இரைப்பை அழற்சிக்குக் காரணமாகி விடலாம். கபசுரக் குடிநீரை மருந்தாக நினைத்தே நாம் அருந்த வேண்டும். லேசான தொண்டைக் கரகரப்போ மற்றும் மூக்கடைப்போ ஆரம்பிக்கும்போது, உடனடியாகக் கபசுரக் குடிநீரை எடுத்துக்கொள்வது நல்லது. மேலும், கபசுரக் குடிநீரைத் தயாரித்த மூன்று மணி நேரத்துக்குள் அருந்திவிட வேண்டும். மூலிகைச் சாறுகளை அது குறித்த விவரங்கள் தெரியாமல் நாம் அருந்தக் கூடாது.

நிலவேம்புக் குடிநீர், வைரஸ் தொற்றுகள் மற்றும் காய்ச்சல் களைத் தடுப்பதற்கு பரிந்துரைக்கப்பட்ட “பாலிஹெர்பல்” மருந்து. இது நோய் எதிர்ப்பு சக்தியை ஊக்குவிக்கும். இது டெங்கு காய்ச்சலுக்கும் சிக்குன்குனியாவுக்கும் எதிராகச்

செயல்பட்டு நல்ல பலனைத் தந்தது. சமீபத்திய ஆய்வுகள், இந்த நிலவேம்புக் குடிநீரில், சாதாரண வைரஸ் காய்ச்சல், மலேரியா, டைபாய்டு காய்ச்சல்களைக் குணப்படுத்தும் ஆன்டி–வைரல், ஆண்டி–மைக்ரோபியல் மூலக்கூறுகள் இருப்பதை நிரூபித்தன.

மிக முக்கியமாக, கபசுரக் குடிநீர், நிலவேம்புக் குடிநீர் ஆகியவை நம் நோயெதிர்ப்பு சக்தியை அதிகரிக்க உதவும் பொருட்கள்தானே தவிர, கொரோனா பாதிப்புக்கான மருந்துக்கள் அல்ல என்பதை நினைவில் கொள்ள வேண்டும்.

26

நானோ தொழில்நுட்பம் என்றால் என்ன? கோவிட்–19 சிகிச்சையில் நானோ தொழில் நுட்பத்தின் பங்கு என்ன?

நானோ தொழில்நுட்பம் என்பது அணு, மூலக்கூறு, மீமூலக்கூறு (macromolecule) அளவில் உள்ள பொருள்களைக் கையாளும் தொழில்நுட்பம். நானோ பொருட்கள் என்பது, 1 – 100 நானோ மீட்டர் இடையிலான சிறிய அளவிலான பொருட்கள். நானோ பொருள்கள் ஒரு மீட்டரின் 100 கோடியில் ஒரு பங்கு, அதாவது 10^{-9} மீ அளவுக்கு நுண்ணிய தாகும். இந்தத் தொழில்நுட்பத்தின் தொடக்கமாக, 1959, டிசம்பர் 29 அன்று கலிபோர்னியா இன்ஸ்டிடியூட் ஆப் டெக்னாலஜியில் நடந்த அமெரிக்க இயற்பியல் சங்கக் கூட்டத்தில், இயற்பியலாளர் ரிச்சர்ட் ஃபெய்ன்மேன் "There's Plenty of Room at the Bottom" (கீழே ஏராளமான அறைகள் உள்ளன) என்ற தலைப்பில் நானோ அறிவியல், நானோ தொழில்நுட்பத்தின் பின்னணியில் உள்ள கருத்துக்களை முதன்முதலாகக் கூறினார். ஆகையால், இவர் 'நானோ தொழில்நுட்பத்தின் தந்தை' என அழைக்கப்படுகிறார். முதன்முதலில் நானோ தொழில்நுட்பம் என்ற சொல், 1974இல் டோக்கியோ அறிவியல் பல்கலைக்கழகத்தின் பேராசிரியரான நோரியோ டானிகுச்சி என்பவரால் முன் மொழியப்பட்டது. ஆனால், அறிவியலாளர் எரிக் டிரெக்சிலர் 1986ஆம் ஆண்டு வெளியிட்ட *Engines of creation: The Coming Era of Nanotechnology* எனும் நூலில் 'நானோ தொழில்நுட்பம்' எனும் சொல்லைப் பிரபலப்படுத்தினார். 1981ஆம் ஆண்டில், தனிப்பட்ட அணுக்களைக் 'காணக்கூடிய' ஸ்கேனிங் டன்னலிங் நுண்ணோக்கி, ஸ்கேனிங் எலக்ட்ரான்

நுண்ணோக்கி, அணுசக்தி நுண்ணோக்கி ஆகியவற்றின் வளர்ச்சியினால் நவீன நானோ தொழில்நுட்பம் வேகமாக வளரத் தொடங்கியது. இந்த நுண்ணோக்கிகள், நானோ அளவிலான பொருட்களைக் காணப் பயன்படுத்தப்படுகின்றன. தற்போது இந்த நானோ தொழில்நுட்பம் உயிரியல், வேதியியல், இயற்பியல், மின்னியல், மருத்துவம், பொறியியல் என்று பல துறைகளிலும் தாக்கத்தை ஏற்படுத்தி வருகிறது.

நானோ அறிவியலும் நானோ தொழில்நுட்பங்களும் நமக்குப் புதியவை அல்ல. வேதியியலாளர்கள் நூறு ஆண்டுகளுக்கு முன்பாகவே, நானோ அளவுகளால் ஆன பாலிமர்களை உருவாக்கினர். மருத்துவத் துறையில், நானோ தொழில்நுட்பம் நீரிழிவு, மலேரியா, இருதய நோய், காயங்களைக் குணப்படுத்துதல், செயற்கையாக உடல் உறுப்புகளை உருவாக்குதல், அழற்சி / தொற்றுநோய்களை குணப்படுத்துவது முதலானவற்றுக்குப் பயன்படுத்தப்படுகின்றன. குறிப்பாக, நமது செல்களுக்குள் வைரஸ்களின் டி.என்.ஏ. அல்லது ஆர்.என்.ஏ. நகலெடுப்பைத் தடுத்து நிறுத்தவும் உதவுகிறது.

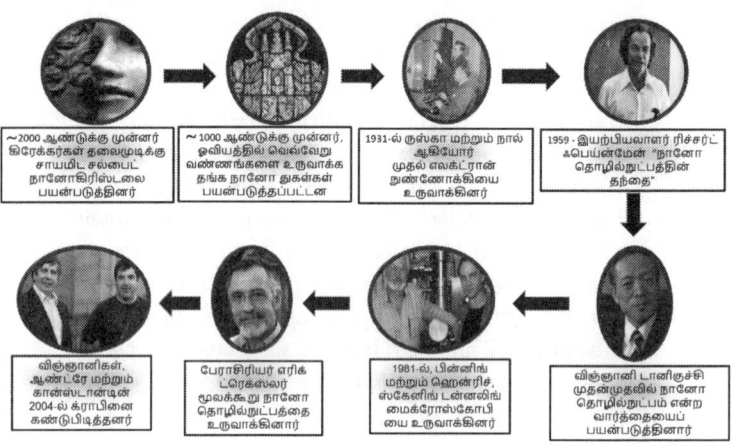

முதலாவதாக, நாம் வைரஸின் நகலெடுப்பைப் புரிந்துகொள்வது அவசியமாகும். தற்போதைய மாதிரியில், செல்லில் வைரஸின் இணைப்பு, நுழைவு, உயிரியக்கவியல், புதிய வைரஸ்களின் இணைவு, நகல் எடுக்கப்பட்ட வைரஸ்கள் வெளியீடு ஆகியவை குறிப்பிடத்தக்கவை. இந்த ஒவ்வொரு நிலையிலும் வைரஸ் நகலெடுப்பதை நானோ தொழில்நுட்பத்தின் மூலம் தடுக்கலாம். ஏனென்றால், 2021ஆம் ஆண்டின் ஆரம்ப காலகட்டத்தில், கோவிட்-19இன் இரண்டாவது

அலையினால் அமெரிக்காவிற்கு அடுத்தபடியாக நமது நாடு இந்தத் தொற்றால் உலகில் மிகவும் பாதிக்கப்பட்ட நாடுகளில் ஒன்றாக மாறியது. கோவிட்–19க்கு எதிராகப் போராடுவதில் நானோ தொழில்நுட்பமானது, நானோ பூச்சு முகக்கவசம், நானோ கண்டறியும் கருவிகள், நானோ மருந்துகள் உள்ளிட்ட பல்வேறு வகைகளில் பயன்படுத்தப்பட்டுவருகின்றன. குறிப்பாக, சார்ஸ்–கோவிட்–2 வைரஸ்களும் இந்தச் செயற்கை நானோ துகள்களும் ஒரே அளவையும் (60–140 நானோ மீட்டர்) கோள வடிவத்தையும் கொண்டுள்ளன.

குறிப்பாக, இந்த நானோ துகள்கள், கொரோனா வைரஸ் தொற்றை 'நிறமாற்றம்' மூலம் விரைவாகக் கண்டறியப் பயன்படுகின்றன. வைரஸ் தொற்றைக் குறைக்கும் ஆன்டி–வைரல் மருந்துகளை உருவாக்குவதில் நானோ துகள்கள் பெரிதும் பயன்படுகின்றன. மேலும், இந்த நானோ மருந்துக்கள், தற்போதைய வைரஸ் தடுப்பு மருந்துகளால் ஏற்படும் பக்க விளைவுகளைக் குறைக்கும் வகையில் வடிவமைக்கப்படுகின்றன. இந்த நானோ பொருட்கள் எம்ஆர்என்ஏ (mRNA) தடுப்பூசிகளின் நிலைத்தன்மையை மேம்படுத்துகிறது. உதாரணமாக, எம்ஆர்என்ஏ தடுப்பூசியில், துணை மருந்தாக டென்ட்ரைமர் நானோ பொருட்கள் பயன்படுத்தப்படுகின்றன. இவை, சார்ஸ்–கோவிட்–2, எச்1என்1 இன்ஃப்ளூயன்ஸா, எபோலா வைரஸ்களை எதிர்த்துப் போராடுவதற்கான நோயெதிர்ப்பு சக்தியைத் தருகின்றன.

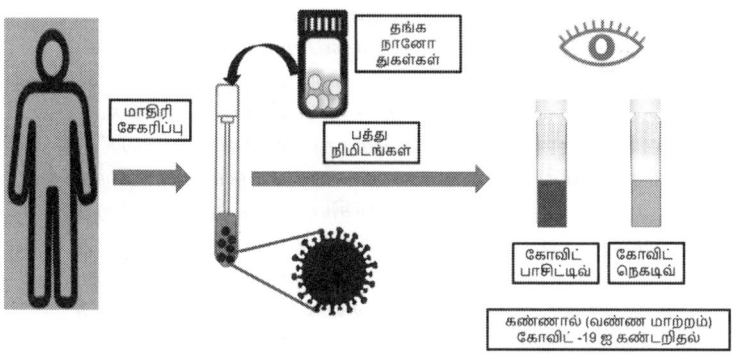

27

கோவிட்–19 சிகிச்சையில் நவீன தொழில் நுட்பங்கள் (டி.என்.ஏ. ஓரிகமி, உயிர் உணரிகள், அதி நுண் இயந்திரங்கள், ஒளி இயக்கவழி சிகிச்சை) ஆகியவை எவ்வாறு பயன்படுத்தப் படுகின்றன?

வைரஸ் ஆன்டிஜென்களைப் பிரதிபலிக்கும் மடிந்த டி.என்.ஏ.தான் "டி.என்.ஏ. ஓரிகமி" என அழைக்கப்படுகிறது. டி.என்.ஏ. ஓரிகமி தொழில் நுட்பத்தின் வருகை நானோ தொழில்நுட்பத்தை மேலும் வளப்படுத்தியுள்ளது. அதே நேரத்தில், வைரஸ் தடுப்பு ஆராய்ச்சியில் டி.என்.ஏ. ஓரிகமியின் பயன்பாடு இன்னும் ஆரம்ப கட்டத்தில்தான் உள்ளது. இந்தத் தொழில்நுட்பத்தின் மூலம் வலுவான நோயெதிர்ப்பு சக்தியை நம் உடலில் உருவாக்க முடியும். 2006ஆம் ஆண்டில், ரோத்மண்ட் என்பவரால் "டி.என்.ஏ. ஓரிகமி" சிகிச்சை அறிமுகப் படுத்தப்பட்டது. இந்தத் தொழில்நுட்பம், நமது செல்களில் மருத்துவ குணம் கொண்ட மூலக்கூறு களை இணைக்க உதவுகிறது. சார்ஸ்–கோவிட்–2க்கு எதிரான தடுப்பூசியை உருவாக்க இந்த அணுகுமுறையில் ஆராய்ச்சியாளர்கள் பணியாற்றி வருகின்றனர். குறிப்பாக, டி.என்.ஏ. நானோ கட்டமைப்பை நட்சத்திரம்போல வடிவமைத்து, டெங்கு வைரஸின் செயல்பாட்டை இந்தத் தொழில்நுட்பத்தின் மூலம் ஆராய்ச்சியாளர்கள் தடுத்துள்ளனர்.

சமீபத்தில், வைரஸைக் கண்டறிய உயிர் உணரிகள் பயன்படுத்தப்படுகின்றன. உயிர் உணரிகள், ஒரு உயிரியல் சமிக்ஞையை மின் சமிக்ஞையாக மாற்றும் கருவியாகும். எடுத்துக் காட்டாக, ரத்த குளுக்கோஸ் உணரியைச்

சொல்லலாம். உதாரணமாக, *AuNP* (தங்க நானோ துகள்கள்) உயிர் உணரிகள் மூலம் இன்ஃப்ளூயன்ஸா, ஜிகா, ஹெபடைடிஸ் பி, கொரோனா வைரஸ்கள் ஆகியவற்றை மிக விரைவாகக் கண்டறியலாம். குறிப்பாக, இந்த *AuNP* (தங்கக் கூழ்மத் துகள்கள்) உணரிகள், வெறும் 10 நிமிடங்களுக்குள் சார்ஸ்–கோவிட்–2இன் ஆர்.என்.ஏ.களுடன் தொடர்பை ஏற்படுத்தி இந்த வைரஸ் தொற்றைக் கண்டறிய உதவுகின்றன. மேலும், வெள்ளிக் கூழ்மத் துகள்கள் (3 முதல் 7 நானோ மீட்டர்) வைரஸ் தொற்றுக்கு எதிரான சிகிச்சையில் பயன்படுத்தப்பட்டுவருகின்றன.

அதி நுண் இயந்திரன்கள் (நானோரோபோட்டுகள்), நம் ரத்த அணுக்களின் அளவு கொண்ட ரோபோக்கள். இவை, ரத்தத்தில் உள்ள நோய்க்கிருமிகளை அழித்தல், உடலில் உள்ள நச்சுக்களை அகற்றுதல், டி.என்.ஏ. பிழைகளைச் சரிசெய்தல், துல்லியமான அறுவை சிகிச்சை செய்தல் ஆகியவற்றுக்குப் பயன்படுத்தப்படுகின்றன.

ஒளி இயக்கவழி சிகிச்சை (போட்டோடைனமிக் சிகிச்சை) என்பது இரண்டு கட்ட சிகிச்சையாகும். ஒளி இயக்கவழி சிகிச்சை என்பது வைரஸ்களைச் செயலிழக்க வைக்கும் பாதுகாப்பான, வேகமான, செலவு குறைந்த எளிய சிகிச்சை முறையாகும். இதில் ஒரு மருந்தை ஒளி உணர்திறன் ஊக்கியுடன் (போட்டோசென்சிடைசர்) இணைத்து நமது உடம்பில் செலுத்தி, பின்னர் ஒளிச் செயல்பாட்டின் மூலம் குறிப்பிட்ட நுண்ணுயிரிகளை (பாக்டீரியா, வைரஸ், புரோட்டோசோவா மற்றும் பூஞ்சை) அழிக்கும் தொழில்நுட்பம். பல ஆண்டுகளாக நுண்ணுயிரிகளைச் செயலிழக்க ஒளி இயக்கவழி சிகிச்சை பயன்படுத்தப்படுகிறது. சமீபத்தில், கோவிட்–19 நோயாளிகளுக்கு இந்தத் தொழில்நுட்பத்தைப் பயன்படுத்தி மருத்துவர்கள் வைரஸைச் செயலிழக்கச் செய்துள்ளனர்.

28

கோவிட்–19ஐக் கண்டறிவதற்கு உயிர் உணரிகள் எவ்வாறு பயன்படுத்தப்படுகின்றன?

நானோ தொழில்நுட்பத்தின் மூலம் கொடிய கொரோனா வைரஸ்களைச் செயலிழக்கச் செய்யவும் வைரஸ்களை விரைவாகக் கண்டறியவும் புதுமையான முகக்கவசங்களை உருவாக்கவும் முடியும். நமது நாட்டில், கொரோனா வைரஸ் பரவல் குறைந்திருக்கும்போது முகக்கவசம் அணியும் விஷயத்தில் பலரும் அலட்சியம் காட்டத் தொடங்கிவிடுகிறார்கள். நோய்த்தொற்று குறைவதை வைத்து, இந்த நோய் மறைந்துவிட்டதாக எண்ணுவது அறியாமையாகும்.

சார்ஸ்–கோவிட்–19 வைரஸ் முக்கியமாகக் காற்றில் படர்தல் (ஏரோசால்), சுவாச நீர்த்துளிகள் ஆகியவற்றின் மூலமே பெருமளவு பரவுகிறது. பாதிக்கப்பட்ட நபரின் இருமல் அல்லது தும்மலில் இருந்து வரும் துளிகளால் கிட்டத்தட்ட இரண்டு மீட்டர் (6.6 அடிகள்) தொலைவில் நிற்கும் ஒருவருக்கு இந்த வைரஸ் தொற்றைப் பரப்பலாம். எனவே, நாம் முகக்கவசத்தை அணிவது இந்தத் தொற்றின் பரவலைக் குறைக்க உதவும். சமீபத்திய ஆய்வின்படி, இந்திய மக்களில் பாதி பேர் முகக்கவசம் அணிவதில்லை என்றும், அதிலும் 14% நபர்கள் மட்டுமே முகக்கவசத்தைச் சரியாக அணிந்து கொள்கிறார்கள் என்றும் தெரியவந்துள்ளது. முகக்கவசம் அணிந்த மக்களில் 64% நபர்கள் வாயை மட்டும் மூடி, மூக்குப் பகுதியை மூடுவதில்லை என்றும், 2% நபர்கள் கழுத்தில் மட்டுமே முகக்கவசத்தை அணிந்திருப்பதும் தெரியவந்துள்ளது.

இந்த நிலையில், இரட்டை முகக்கவசங்கள் அணிவது கொரோனா வைரஸ் தாக்குதலிருந்து

தப்புவதற்கான சிறந்த வழி என்று அறிவிக்கப்பட்டுள்ளது. இது தொடர்பாக நடந்த ஆய்வில் இரண்டு விதமான வழிமுறைகளைக் கையாண்டிருக்கிறார்கள். முதலில், ஆறு அடி இடைவெளியில் நுகரப்படும் வைரஸ்களைச் சோதனைக்கு உட்படுத்தியிருக்கிறார்கள். ஒரு முகக்கவசம் மட்டும் அணிந்திருந்தால், கொரோனா வைரஸ் துகள்களில் 40% தடுக்கப்பட்டிருக்கிறது. அதுவே, இரண்டு முகக்கவசங்கள் அணிந்திருந்தபோது 75–80% வைரஸ் துகள்கள் தடுக்கப்பட்டிருப்பது உறுதி செய்யப்பட்டுள்ளது. எனவே, நாம் அணியும் முகக்கவசத்தின் தரம், வைரஸ்களைத் தடுக்கும் திறன் பற்றி உறுதியாகத் தெரியவில்லை என்றால், இரண்டு முகக்கவசங்கள் அணிவது பாதுகாப்பானதாகும். எல்லா நேரமும் இரண்டு முகக்கவசங்கள் அணிய வேண்டியதில்லை. பொதுப் போக்குவரத்து, மக்கள் நடமாட்டம் அதிகம் உள்ள பகுதிகள், குறைவான காற்றோட்டம் உள்ள இடங்கள், கொரோனா வைரஸ் பரவல் உள்ள பகுதிகள் ஆகிய இடங்களுக்குச் செல்லும்போது இரட்டை முகக்கவசம் அணிவது அவசியமாகும். ஒரு முகக்கவசம் அணிந்தாலும் இந்த வைரஸ்களிடமிருந்து தற்காத்துக்கொள்ளலாம். ஆனால், மூக்கை முழுமையாக மூடாமல் இருப்பது, தளர்வாக முகக்கவசங்களை அணிவது போன்றவற்றைத் தவிர்க்க வேண்டும்.

சமீபத்திய ஆய்வில், முகக்கவசங்களில் ZnO–நானோ துகள்களை இணைப்பதன் மூலம், அவை உறுதியானதாகவும் நோய்க்கிருமிகளைக் கொல்லும் திறன் கொண்டதாகவும் இருக்கின்றன எனத் தெரியவந்துள்ளது. பாலிமர் மேட்ரிக்ஸ் நானோ பூச்சு செய்யப்பட்ட முகக் கவசங்களால் காற்றை வடிகட்டுதல், அதிக செயல்திறன், நீர் எதிர்ப்பு (ஹைட்ரொபோபிஸிட்டி) போன்ற பண்புகளை மேம்படுத்த முடியும். உலோக–கரிம கட்டமைப்பு (ஆர்கனோ–மெட்டாலிக் பிரேம் ஒர்க்) பூசப்பட்ட முகக்கவசம், இந்த வைரஸுடன் தொடர்பு ஏற்பட்டால் வண்ண மாற்றம் நிகழ்கிறது. எனவே, இந்தத் தொழில்நுட்பத்தின் மூலம் நாம் கொரோனா வைரஸை உடனடியாகக் கண்டறியலாம். இவ்வாறு, முகக்கவசத்தில் ஏற்படும் வண்ண மாற்றம், தொற்றுப் பரவலைப் பெருமளவில் கட்டுப்படுத்த உதவும். ஆகையால், எந்தவொரு மேம்பட்ட கருவிகளோ உபகரணங்களோ இல்லாமல் கோவிட்–19 பாஸிட்டிவ் நபர்களை இதன் மூலம் நாம் எளிதாகக் கண்டறிய முடியும்.

மாசசூசெட்ஸ் தொழில்நுட்பக் கழகம், ஹார்வர்ட் பல்கலைக் கழகம் ஆகியவற்றைச் சேர்ந்த ஆராய்ச்சியாளர்கள் உயிர் உணரிகள் தொடர்பான புதிய தொழில்நுட்பத்தை உருவாக்கி

யுள்ளனர். இந்த ஆராய்ச்சியாளர்கள் உயிர் உணரிகள் பொருத்தப் பட்ட முகக்கவசங்களைப் பயன்படுத்திக் காற்றில் உள்ள நீர்த்திவலைகளில் உள்ள கொரோனா வைரஸை எளிதாகக் கண்டறிந்தனர். மேலும், இந்த முகக்கவசம் அணிபவரின் மூச்சுக் காற்றைக் கொண்டே, இந்த உணரிகள் நோய்த்தொற்றை உறுதி செய்துவிடுகின்றன. இந்த ஆய்வு ‘நேச்சர் பயோடெக்னாலஜி’ எனும் ஆய்விதழில் வெளியிடப்பட்டுள்ளது. பாக்டீரியாக்கள், வைரஸ்கள் உள்ளிட்ட ஆபத்தான நோய்க்கிருமிகளை உடனடி யாகக் கண்டறிய இந்த வகை உயிர் உணரிகளை நம்முடைய ஆடைகளிலும் பொருத்திக்கொள்ளலாம். இந்தத் தொழில்நுட்பம், முன்களப் பணியாளர்களுக்கும் ஆபத்தான நோய்க்கிருமிகளின் தொற்றுக்கு ஆளாகக்கூடிய களத்தில் பணி புரிபவர்களுக்கும் மிகவும் பயனுள்ளதாக இருக்கும். தொற்றைச் சரியான நேரத்தில் கண்டறிந்து அவர்களைக் காப்பாற்றலாம். குறிப்பாக, நானோ தொழில்நுட்பங்களைக் கொண்டு வைரஸ் நோய்களைப் புரிந்துகொள்ளுதல், எதிர்கால வைரஸ் நோய்களைக் கண்டறிதல் சிகிச்சையளித்தல் ஆகியவற்றுக்கான தளங்களை வழங்க முடியும். நானோ ஆன்டி–மைக்ரோபைல்களை வைரஸ் நோயைத் தடுப்பதிலும் சிகிச்சையிலும் பயன்படுத்தலாம். இவ்வாறாக, நானோ தொழில்நுட்பம் எதிர்காலத்தில் மருந்துகள், தடுப்பூசிகள், கருவிகள், நோயறிதல், நோய்த்தடுப்பு, கண்காணிப்பு முதலான வசதிகளை மேம்படுத்த உதவிகரமாக இருக்கப்போகிறது.

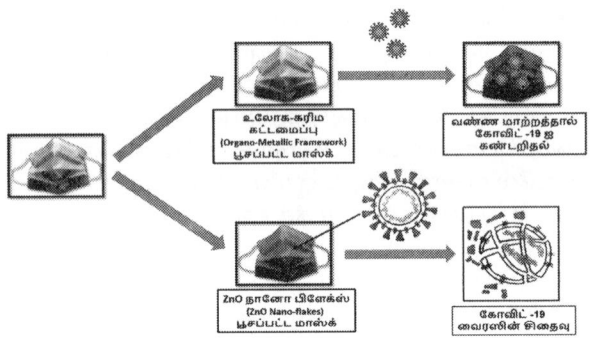

29

ஒருவரின் ரத்த வகை கொரோனா வைரஸ் தொற்றைப் பாதிக்குமா?

கொரோனா வைரஸின் தாக்கம் குறித்து உலகம் முழுவதும் பல்வேறு மருத்துவ வல்லுநர்கள் ஆய்வுகளை மேற்கொண்டுள்ளனர். கொரோனா வைரஸால் பாதிக்கப்பட்ட சிலர் மட்டும் ஏன் தீவிரமாக நோய்வாய்ப்பட்டு உயிரிழக்கிறார்கள்? சிலருக்கு ஏன் குறைவான அறிகுறிகள் உள்ளன? சிலர் ஏன் அறிகுறி இல்லாமல் இருக்கிறார்கள்? இதுபோன்ற கேள்விகளுக்கான விடை அந்த நபரின் ரத்த வகையில் இருப்பதாக ஆய்வாளர்கள் கண்டறிந்துள்ளனர்.

சீன ஆராய்ச்சியாளர்கள் வுஹான், ஷென்சென் ஆகிய மாநிலங்களிலிருந்து, வைரஸால் பாதிக்கப் பட்ட 2,173 நபர்களின் ரத்த வகைகளை ஆய்வு செய்தனர். இதன் முடிவில், கோவிட்–19 நோயாளி களில் 38% பேருக்கு டைப் A ரத்தம் இருப்பதை அவர்கள் கண்டறிந்தனர். இதற்கு மாறாக, டைப் O ரத்த வகை (O பாசிட்டிவ், O நெகட்டிவ்) கொண்டவர்களுக்குத் தொற்று பரவும் அபாயம் குறைவாகவே இருந்தது. மரபணு ஆய்வு நிறுவன மொன்று கொரோனா வைரஸ் பாதித்தவர்கள், குணமாகியவர்களிடமிருந்து தகவல்களைப் பெற்று ஆய்வுசெய்தனர். அதன்படி, கிட்டத்தட்ட 7,50,000 பேரிடம் பெற்ற தகவலின் அடிப்படையில், ‘O’ பாசிட்டிவ் ரத்தப் பிரிவு உள்ளவர்களுக்கு பாதிப்பு 9–18%க்கும் குறைவாகவே இருந்ததாகத் தெரிவிக்கப்பட்டுள்ளது. A பாசிட்டிவ், A நெகட்டிவ், AB பாசிட்டிவ் மற்றும் AB நெகட்டிவ் ஆகிய ரத்த வகை உள்ளவர்களுக்கு கொரோனா வைரஸால் ஏற்படும் பாதிப்பு அதிகம் எனவும் கண்டறிந்துள்ளனர்.

இதே முடிவுகளை, அதாவது 'O' வகை ரத்தம் கொண்டவர்களுக்கு இந்த வைரஸால் ஏற்படும் பாதிப்பு குறைவு என இத்தாலி மற்றும் ஸ்பெயினில் ஆய்வு மேற்கொண்ட ஆராய்ச்சியாளர்களும் கண்டறிந்துள்ளனர். A, B வகை ரத்தத்தை வரையறுக்கும் புரதங்கள், நமது நோயெதிர்ப்பு மண்டலத்தின் உற்பத்தியாகும் 'ஆன்டிபாடிகளின்' அளவை பாதிக்கலாம் என்பது இதற்குக் காரணம் என்று ஆராய்ச்சியாளர்கள் கருதுகின்றனர். ஆனால், இதை மட்டும் கருத்தில் கொண்டு 'O' வகை ரத்தம் கொண்டவர்களை இந்த வைரஸ் தாக்காது என்றெல்லாம் ஆராய்ச்சியாளர்கள் குறிப்பிடவில்லை. மாறாக, அவர்களுக்கு நோய் தாக்குதல் குறைவாக ஏற்படுகிறது என்றே குறிப்பிட்டுள்ளனர். மேலும், இந்த ஆய்வுகள், 'A' பிரிவில் உள்ளவர்களை விட 'O' பிரிவில் உள்ளவர்களுக்கு 18 சதவீதம் குறைவாக இருக்கலாம் என்பதன் அடிப்படையில் கூறப்பட்டுள்ளதே தவிர, 'O' பிரிவு கொண்டவர்களுக்கு கோவிட்–19 தொற்று வரவே வராது எனக் கூறவில்லை. இந்தியாவில் மிகவும் பொதுவான ரத்த வகைகளாக O (37%), B (32%), A (23%) மற்றும் AB (8%) பிரிவுகள் உள்ளன என்பது கூடுதல் தகவல்.

முந்தைய ஆய்வுகளின்படி, நோர்வாக் வைரஸ், ஹெபடைடிஸ் பி, சார்ஸ் வைரஸ் போன்ற தொற்றுநோய்களின் பரவல் ரத்த வகையைப் பொறுத்து வேறுபட்டது குறிப்பிடத்தக்கதாகும். எனவே, இந்தப் புதிய ஆய்வுகள் மருத்துவ நிபுணர்கள், ஆராய்ச்சியாளர்களுக்கு உதவுமே தவிர, நாம் இந்தப் புள்ளிவிவரங்களை மிகவும் தீவிரமாக எடுத்துக்கொள்ளக் கூடாது.

30

அதிதீவிர தொற்றுப் பரப்பாளர் என்பவர் யார்? அவர் எவ்வாறு கொரோனா வைரஸைப் பரப்புகிறார்?

கொரோனா வைரஸ் நான்கு நிலைகளில் பரவுவதாக அறியப்படுகிறது. முதலில், வெளிநாட்டிலிருந்து வந்தவர்களுக்கு மட்டும் கொரோனா இருப்பது. இரண்டாவது நிலை என்பது வெளிநாட்டிலிருந்து வந்தவர்களுடன் நெருக்கமாக உள்ளவர்களுக்குப் பரவுவது. மூன்றாவது நிலைதான் சமூகப் பரவல். அதாவது, கொரோனா தொற்று, யாரிடமிருந்து பரவியது என்றே தெரியாத அளவிற்குச் சமுதாயத்தில் பலரும் இந்த நோய்த் தொற்றைப் பெறக்கூடிய நிலைதான் இது. இந்த நோய்த்தொற்று ஏற்பட்ட நபரிடம் தொடர்பு கொள்ளாமல் / நோய்த்தொற்று பரவும் நாடுகளுக்குச் செல்லாமல் இருக்கும் ஒரு நபருக்குத் தொற்று ஏற்படுவதும் சமூகப் பரவல்தான். இறுதியாக, இந்த வைரஸ் உள்ளூரிலேயே, பெருந்தொற்றுபோலப் பரவுவது நான்காம் நிலையாகும்.

நோய் அறிகுறியற்ற சிலர் மூலமே இந்த நோய்த் தொற்று மக்களிடம் பெருமளவு பரப்பப்படுகிறது. இவர்கள் 'அதிதீவிரத் தொற்றுப் பரப்பாளர்' என்று அழைக்கப்படுகிறார்கள். கோவிட்–19 நோயால் பாதிக்கப்பட்ட ஒருவர் சராசரியாக, பாதிக்கப் படாத மூன்று பேருக்கு இந்த நோயைப் பரப்புவார். ஆனால் 'அதிதீவிரத் தொற்றுப் பரப்பாளர்' என்பவர் இந்த எண்ணிக்கையைவிட அதிகமானவர்களுக்கு நோயைப் பரப்புகிறார். பெரும்பாலான அதிதீவிர தொற்றுப் பரப்புவார்கள், தாங்கள் இந்த வைரஸால்

பாதிக்கப்பட்டுள்ளதை, அறியாமல் மற்றவர்களுக்கு இந்த நோயைப் பரப்புகிறார்கள். சில நேரங்களில், பாதிக்கப்பட்ட நபர்களுக்கு இந்த அறிகுறிகள் எதுவும் வெளிப்படாமலும் இருக்கலாம். சமீபத்திய ஆய்வின்படி, பாதிக்கபட்ட நபர்களில் 40% – 45% பேர் அறிகுறியற்றவர்களாகவும், 35% – 40% பேர் சிறிதளவு நோயின் தாக்கத்தை உணந்தவர்களாகவும், மீதமுள்ள 19% நபர்கள் மட்டுமே கடுமையான அறிகுறிகளால் பாதிக்கப்பட்டவர்களாகவும் உள்ளனர். சமீபத்தில், 'சயின்ஸ்' என்ற ஆய்வு இதழில் வெளியான ஒரு கட்டுரையில், சீனாவில் கோவிட்–19 உறுதிப்படுத்தப்பட்ட ஐவரில் நால்வர் தாங்கள் பாதிக்கப்பட்டுள்ளதாகத் தெரியாத நபர்களால் பாதிக்கப்பட்டவர்கள்.

மேலும், இந்த அதிதீவிர தொற்றுப் பரப்பாளர்கள் அதிக வைரஸ் சுமையைப் (Viral Load) பெற்றும் இருக்கலாம். வைரஸ் சுமை என்பது ஒரு மில்லிலிட்டர் ரத்தத்தில் உள்ள வைரஸ் துகள்களின் எண்ணிக்கை. பொதுவாக, எந்தவொரு தொற்றுநோயிலும், 20% மக்கள் மட்டுமே 80% நபர்களுக்கு நோயைப் பரப்புகின்றனர். இது கோவிட்–19க்கும் பொருந்தும். இந்த சூப்பர்–ஸ்ப்ரெடர்கள் சமூக நடத்தை விதிகளை மதிக்காமலும், முகக்கவசம் அணிய விருப்பமில்லாமலும் இருக்கலாம் எனவும் கருதப்படுகிறது.

2003ஆம் ஆண்டு தோன்றிய சார்ஸ் தொற்றுநோயால், ஹாங்காங்கில் 125க்கும் மேற்பட்ட நபர்கள் முதல் நோயாளியால் பாதிக்கப்பட்டனர். ஜார்ஜியாவில், 2021, பிப்ரவரி 29, அன்று நடந்த இறுதிச் சடங்கில் பங்கேற்ற 200 நபர்கள் அதிதீவிரத் தொற்றுப் பரப்புபவரால் பாதிக்கப்பட்டனர். மேலும், இல்லினாய்ஸில் உள்ள குக் கவுண்டி சிறையில் 400 பேர் அதிதீவிரத் தொற்றுப் பரப்புவர் ஒருவரால் பாதிக்கப்பட்டுள்ளதாக அறியப்படுகிறது. டயமண்ட் இளவரசி பயணக் கப்பலில், கோவிட் –19 சோதனை செய்யப்பட்ட 3,700 நபர்களில், சுமார் 46% பேர் சோதனை நேரத்தில் அறிகுறியில்லாமல் இருந்தனர் என்பது குறிப்பிடத்தக்கது. தென் கொரியாவில், கோவிட்–19 நோயால் பாதிக்கப்பட்ட 35 வயதான சீனப் பெண், பிப்ரவரி 2020இல் இரண்டு தேவாலயச் சேவைகளில் கலந்துகொண்டார். அவரது வருகை 5,000பேர் வரை இந்த வைரஸால் பாதிக்கப்படுவதற்கு வழிவகுத்தது. வைரஸ் தொற்றுள்ள, சாண்டா என்பவர் கவனக்குறைவாக பெல்ஜியத்தில் உள்ள ஒரு பராமரிப்பு இல்லத்திற்குச் சென்று, 127 நபர்கள் தொற்றால் பாதிக்கப்பட வழி வகுத்தார். அவர்களில் 27 பேர் உயிரிழந்தனர். அடுத்து, பிப்ரவரி 2020இல், மருந்து நிறுவனமான 'பயோஜென்' பாஸ்டன்

நகரில் ஒரு மாநாட்டை நடத்தியது. அதில் 99 பேர் வைரசால் பாதிக்கப்பட்டனர். அவர்களால் அமெரிக்காவில் உள்ள 29 மாநிலங்களையும் பல நாடுகளையும் சேர்ந்த சுமார் 30,000 பேருக்கு இந்த வைரஸ் தொற்று பரவியது. தமிழ்நாட்டில், தஞ்சாவூர் அருகே அம்மாப்பேட்டையில் உள்ள பள்ளி ஒன்றில் பயிலும் 56 மாணவிகளுக்கும் ஒரு ஆசிரியருக்கும் கொரோனா தொற்று பரவ அப்பள்ளியில் பயின்ற ஒரு மாணவியே காரணமாவார். எனவே, நம் அருகில் ஒருவர் எவ்வளவு ஆரோக்கியமானவராகத் தோன்றினாலும், 'உடல் சார்ந்த இடைவெளி' என்பது நாம் அவசியம் கடைபிடிக்க வேண்டிய ஒன்றாகும்.

31

கொரோனா வைரஸ்கள் எவ்வளவு வேகமாக உருமாறுகின்றன?

ஒவ்வொரு வைரஸுக்கும் 'பிறழ்வுகள்' என்பது இயற்கையானதாகும். இதுவரை, கொரோனா வைரஸில் உண்டான பிறழ்வு விகிதம், இன்ஃப்ளூயன்ஸா வைரஸில் உண்டாகும் (மாதத்திற்கு 8 முதல் 10 முறை) விகிதத்தைவிடக் குறைவாகவே உள்ளது. ஒரு வைரஸ் மிகவும் அச்சுறுத்தலாக உருவாகுவதற்குப் பல மரபணு மாற்றங்கள் தேவைப்படுகின்றன. தற்போதைய ஆராய்ச்சியில், மனிதர்களைப் பாதிக்கும் கொரோனா வைரஸின் பிறழ்வுகள் முக்கியமானதாகப் பார்க்கப்படுகின்றன.

முதன்முதலில் இங்கிலாந்தில் 'ஆல்பா' கொரோனா திரிபு அடையாளம் காணப்பட்டது. இப்போது இந்தியாவில் முதலில் காணப்பட்டது 'டெல்டா' கொரோனா திரிபு. நம் நாட்டில், கொரோனா முதல் அலையில், ஒரே நாளில் 98,785 நபர்கள் பாதிக்கப்பட்டதே உச்சக்கட்ட பாதிப்பாக இருந்தது. ஆனால், இரண்டாவது அலையில் கொரோனா உச்சக்கட்ட பாதிப்பாக ஒரே நாளில் 3,73,000 என்ற அளவில் தொற்று உயர்ந்தது. இதற்குக் காரணம், கொரோனா வைரஸின் 'அடிப்படைத் தன்மை' மாறிவிட்டதுதான் என ஆராச்சியாளர்கள் கருதுகின்றனர். டெல்டா கொரோனா வைரஸ் காற்றில் வேகமாகப் பரவுவதாக ஆய்வில் தெரிய வந்துள்ளது. ஆல்பா வகை கொரோனா வைரஸைக் காட்டிலும் டெல்டா வகை கொரோனா வைரஸ் காற்றில் 10 மடங்கு வேகமாகப் பரவுகிறது.

இந்நிலையில் 'லாம்ப்டா மாறுபாடு' என்று அழைக்கப் படும் கொரோனாவின் பிறழ்வு, உலக சுகாதார அமைப்பின் கவனிக்கப்பட வேண்டிய வைரஸ் மாறுபாட்டின் பட்டியலில் சேர்க்கப்பட்டுள்ளது. இந்த மாறுபாடு அதிக அளவில் பரவக் கூடியது என்று உலக சுகாதார அமைப்பு தெரிவித்துள்ளது. முதன்முதலில் இந்த மாறுபாடு 2020ஆம் ஆண்டு ஆகஸ்ட் மாதம், (சார்ஸ்–கோவிட்–2இன் பரம்பரை C.37) பெருவில் கண்டறியப்பட்டது. இந்த லாம்ப்டா மாறுபாடு, "அசல்" கொரோனா வைரஸில் உள்ள புரத முட்களில் பல பிறழ்வுகளைக் கொண்டுள்ளது. தற்போது, 29 நாடுகளில் லாம்ப்டா மாறுபாடு அடையாளம் காணப்பட்டுள்ளது. குறிப்பாக சிலி, பெரு, ஈக்வடார், அர்ஜென்டினா ஆகிய பகுதிகளில் 'லாம்ப்டா பரவல்' அதிகமாகக் காணப்படுகிறது. லாம்ப்டா மாறுபாட்டின் அறிகுறிகள், மற்ற கோவிட்–19 பிறழ்வுகளின் அறிகுறிகளான காய்ச்சல், தலைவலி, இருமல், சளி, வாசனை இழப்பு போன்றவைகளாகும்.

கொரோனா வைரஸ்கள் தமது பரவலை அதிகரித்துக் கொள்ள, நம் உடலுக்குள் நுழைவதற்கான வழிகளை மேம்படுத்திக் கொள்கின்றன. உதாரணமாக, இந்த வைரஸ்கள் காற்றில் நீண்ட காலம் உயிர் வாழும் திறனைப் பெறுகின்றன. நோயாளிகள் அதிக வைரஸ்கள் உள்ள நீர்த்திவலைகளை சுவாசம், இருமல் மூலம் வெளியிடுவதும் முக்கியக் காரணியாக உள்ளது. வைரஸ்களின் பரவல் சக்தியை ஒப்பிடுவதற்கான சரியான வழி அவற்றின் R0வைக் (R-naught) கண்டறிவது. R0என்பது யாருக்கும் நோயெதிர்ப்பு இல்லாமலும், நோய்த்தொற்று ஏற்படாமலும் முன்னெச்சரிக்கை நடவடிக்கைகளை எடுக்காமல் இருக்கும்போதும், ஒரு நோய்த் தொற்றுடையவர் எத்தனை பேருக்கு வைரஸைப் பரப்புகிறார் என்பதாகும். வுஹானில் இந்த வைரஸ் தொற்று தொடங்கியபோது இந்த R 0 எண்ணிக்கை 2.5ஆக இருந்தது. ஆனால், டெல்டா மாறுபாட்டிற்குப் பிறகு, சில நாடுகளில் R 0 – 8.0வரை சென்றது. ஏனென்றால், சில பிறழ்வுகள் (ஆல்பா, டெல்டா, டெல்டா பிளஸ்) 50% அதிகமாக பரவக்கூடிய ஆற்றலைக் கொண்டிருந்தன. நம் உடலில் சில விதமான வைரஸ் தொற்று ஏற்பட்டால் அதைச் சமாளிக்க இன்டர்ஃபெரானால் எதிர்வினைகள் தூண்டப்படும். கொரோனா வைரஸ் தன்னை மேம்படுத்திக்கொண்டு, இந்த 'இன்டர்ஃபெரான்' கண்ணில் படாமல் கடப்பதன் காரணமாக இந்த டெல்டா பிறழ்வு அதிகம் பரவக்கூடிய பிறழ்வாக மாறியது.

32

கொரோனா வைரஸ் காய்ச்சலுக்கும் சாதாரணக் காய்ச்சலுக்கும் உள்ள வேறுபாடுகள் என்ன?

கொரோனா வைரஸின் பரவும் வேகம், இந்த இரண்டு வைரஸ்களுக்கு இடையிலான முக்கியமான வேறுபாடு. இன்ஃப்ளூயன்சா வைரசால் ஏற்படும் சாதாரணக் காய்ச்சல் ‘குறுகிய நோய் அறிகுறிகள் தோன்றும் கால’த்தைக் கொண்டுள்ளது. கோவிட்–19 வைரஸிற்கு இந்தக் காலம் 5–6 நாட்கள்; இன்ஃப்ளூயன்ஸா வைரஸுக்கு இந்தக் காலம் 3 நாட்கள்.

கோவிட்–19, சாதாரண காய்ச்சல் இரண்டும் சுவாச நோய்கள் என்றாலும், இவை பல பொதுவானதும் மாறுபட்டதுமான அறிகுறிகளைக் கொண்டுள்ளன. மூக்கு ஒழுகுதல், உடல் சோர்வு, வாசனை உணர்வு இழப்பு, தொண்டை வலி, தலைவலி, தசை வலி, உடல் வலி ஆகியவை இரண்டிற்குமான மிகவும் பொதுவான அறிகுறிகளாக உள்ளன. கோவிட்டால் பாதிக்கப்பட்டு குணமடைந்தவர்களுக்கு, மூச்சுத் திணறல் போன்ற நுரையீரல் சம்பந்தப்பட்ட பிரச்சினைகள் வரக்கூடிய வாய்ப்புக்கள் உள்ளன. சிலருக்கு மூட்டு வலி போன்ற பிரச்சினைகளும் வரலாம்.

சமீபத்திய ஆய்வின்படி, இந்த வைரஸ் பாதிப்பிலிருந்து குணமான நபர்களில், 10–20% நபர்களுக்குப் பக்கவிளைவுகள் இருப்பதாகக் கூறப்படுகிறது. 2002–2003இல் தோன்றிய சார்ஸ் பரவல், கொரோனா வைரஸ்களின் சீர்குலைக்கும் சக்தியை உலகுக்குக் காட்டியது. 2012ஆம் ஆண்டில் கண்டுபிடிக்கப்பட்ட ஒட்டக கொரோனா வைரஸ் (மெர்ஸ்), இந்த வகை வைரஸின் அச்சுறுத்தலைக் கோடிட்டுக் காட்டியது. அசல் சார்ஸ் பரவலுக்குக் காரணமான வைரஸ், இப்போது சார்ஸ்–1 என அழைக்கப்படுகிறது.

33

கொரோனா வைரஸின் டெல்டா, டெல்டா பிளஸ் ஆகிய பிறழ்வுகளில் உள்ள வேற்றுமைகள் என்ன? இந்த அலை முடிந்த பின் கோவிட்–19 பருவகால நோயாக மாறுமா?

கொரோனா வைரஸின் டெல்டா மாறுபாடு தான் நமது நாட்டில் இந்தத் தொற்றுநோயின் இரண்டாவது அலைக்குக் காரணமாக இருந்தது. இது, உலக சுகாதார அமைப்பால் "டெல்டா மாறுபாடு" (இந்திய மாறுபாடு) என்று பெயரிடப் பட்டது. இந்தியாவில் முதன்முதலில் கண்டறியப் பட்ட இந்த டெல்டா மாறுபாடு (பி.1.617.2), பின்னர் உலகளாவிய தொற்றாக மாறியது. சார்ஸ்–கோவிட்–2 வைரஸின் புரத முட்களில் உண்டான மாறுபாட்டால் இந்தப் 'பிறழ்வு' ஏற்பட்டது. முக்கியமாக, இந்த டெல்டா பிளஸ் மாறுபாடு மோனோக்ளோனல் ஆன்டிபாடி காக்டெய்ல் சிகிச்சையை பலவீனமாக்குகிறது. இந்த சிகிச்சையில்தான் ஆன்டிபாடிகள் நம் உடலில் உற்பத்தி செய்யப்படுகின்றன. இதனால்தான், இந்த மாறுபாடு அபாயகரமானதாகக் கருதப்படுகிறது. முதன்முதலில், இந்த டெல்டா பிளஸ் மாறுபாடு, இங்கிலாந்தில் ஜூன் 11, 2021 அன்று அறிவிக்கப் பட்டது. இங்கிலாந்தில், இந்த "டெல்டா பிளஸ்" வைரஸால் உண்டான தொற்றின் எண்ணிக்கை ஒரே வாரத்தில் 33,000ஐத் தாண்டியது குறிப்பிடத் தக்கதாகும்.

உலகெங்கிலும் உள்ள மக்கள் கோவிட் பரிசோதனைகள், தனி மனித இடைவெளி, தொற்று பயம், முகக்கவசம் ஆகியவற்றை விடுத்து சாதாரண வாழ்க்கைக்குத் திரும்புவதில் ஆர்வமாக உள்ளனர். கொரோனா தொற்றை வெற்றிகரமாகக் கட்டுப்

படுத்தியதால், கோடிக்கணக்கான மக்கள் விரும்பும் நாடாக நியூசிலாந்து இருக்கிறது. அந்நாட்டில் கொரோனா வைரஸ் தொற்று முற்றிலுமாக நீங்கிவிட்டதாக அந்த நாட்டு அரசு, 8-6-2020இல் அறிவித்தது. கடைசியாகத் தொற்றால் பாதிக்கப்பட்டிருந்த ஒரு நபரும் குணமடைந்த நிலையில், தொற்று எண்ணிக்கை பூஜ்ஜியத்துக்கு வந்ததாக அந்நாட்டின் சுகாதாரத் துறை தெரிவித்தது. சுமார் 50 லட்சம் மக்கள் வசிக்கும் நியூசிலாந்தில், 1,154 பேர் மட்டுமே கொரோனா தொற்றால் பாதிக்கப்பட்டு, அதில் 22 பேர் மட்டுமே உயிரிழந்தனர். ஆனாலும், தற்போது ஒன்று, இரண்டு நபர்கள் இந்த தொற்றால் பாதிக்கப்பட்டுக் கொண்டிருக்கின்றனர். தென் கொரியா போன்ற நாடுகளில் கடுமையான நடவடிக்கைகள்தான் தொற்றுநோயின் பரவலைக் குறைக்க உதவியதாகக் கூறப்படுகிறது.

தற்போதைய கோவிட்-19 தொற்றுநோயைப் பரிசோதித்து, அதைக் கடந்த காலத் தொற்றுநோய்களுடன் ஒப்பிட்டுப் பார்க்கும் ஆய்வாளர்கள், கோவிட்-19 நோய் ஒரு தொற்றுநோய்த் தாக்கமாக (எபிடெமிக்) மாறக்கூடும் அல்லது பருவகால நோயாக முடிவடையும் என்று கருதுகின்றனர். கோவிட்-19 தொற்று நோயின் விளைவுகளைக் கணிக்க ஆய்வாளர்கள் ஒரு மாதிரியை உருவாக்கியுள்ளனர். உலக அளவில் தடுப்பூசித் திட்டங்கள் எவ்வளவு திறமையாக மேற்கொள்ளப்படுகின்றன என்பதையும், இந்த நோயைப் பற்றி மக்களுக்கு உள்ள விழிப்புணர்வையும் இந்த 'மாதிரி' சார்ந்துள்ளது. இந்தக் கணிப்பு, ஜலதோஷம் போன்ற கடந்த காலத் தொற்றுநோய்களின் ஆதாரங்களை அடிப்படையாகக் கொண்டது. 1952ஆம் ஆண்டின் எச்2என்2 தொற்றுநோய், 1968ஆம் ஆண்டின் எச்3என்2 தொற்றுநோய், 2009ஆம் ஆண்டின் எச்1என்1 தொற்றுநோய் ஆகியவை 'உள்ளூர் நிலை'களுக்கு (எபிடெமிக்) மாறின. இந்தத் தொற்று நோய்கள் முடிவுக்குவர நாம் தடுப்பூசிகளைப் பயன்படுத்தவில்லை என்பது குறிப்பிடத்தக்கதாகும். மேலும், இந்தத் தொற்றுநோய் எதுவும் சமூக நோய் எதிர்ப்பாற்றலை (Herd Immunity) அடையவில்லை. இதுபோல, இந்த கோவிட்-19 தொற்றுநோயும் காலப்போக்கில் மாறக்கூடும் என எதிர்பார்க்கப்படுகிறது.

இருப்பினும், முந்தைய தொற்றுநோய்களைக் காட்டிலும் இந்த கோவிட்-19 தொற்றுநோய்க்கு ஒரு 'தனித்திறன்' உள்ளது. கடந்த காலத் தொற்றுநோய்களான, ஸ்பானிஷ் காய்ச்சல், எச்2என்2 தொற்றுநோய், எச்3என்2 தொற்றுநோய், எச்1என்1 தொற்றுநோய் போன்றவை இன்ஃப்ளூயன்ஸா வைரஸ்களால் ஏற்பட்டன. ஆனால், கோவிட்-19 என்பது கொரோனா வைரஸால்

உண்டான முதல் தொற்றுநோயாகும். எனவே, நாம் இதன் போக்கைச் சரியாகக் கணிக்க முடியாது என்பதே உண்மை.

"இந்தத் தொற்றுநோய் எப்போது முடிவுக்கு வரும்?" என்ற கேள்வி நம் அனைவரின் மனதிலும் உள்ளது. இதற்கான பதில் 'யாருக்கும் தெரியாது' என்பதே. தற்போதய நிலவரப்படி (27–11–2021), அமெரிக்காவில் 4,90,50,917 நபர்கள் கொரோனா வைரசால் பாதிக்கப்பட்டுள்ளனர். 7,99,138 உயிரிழப்புகள் ஏற்பட்டுள்ளன. நமது நாட்டைப் பொறுத்தவரை, 3,45,55,431 நபர்கள் கொரோனா வைரசால் பாதிக்கப்பட்டுள்ளனர், 4,67,468 உயிரிழப்புகள் ஏற்பட்டுள்ளன. மிக மோசமாக, பிரேசிலில் 2,20,67,630 நபர்கள் பாதிக்கப்பட்டு அதில் 6,14,000 நபர்கள் உயிரிழந்தனர். இந்த வைரஸைப் பற்றிய ஆய்வுகள் உலக அளவில் தொடர்கிறது.

ரஷ்யாவின் மக்கள்தொகை மொத்த உலக மக்கள்தொகை யில் 1.87% (14.5 கோடி) மட்டுமே ஆகும். மிக மோசமாக, இதுவரை ரஷ்யாவில் 9,502,879 நபர்கள் பாதிக்கப்பட்டு அதில் 2,70,292 நபர்கள் உயிரிழந்தது குறிப்பிடத்தக்கதாகும் (நவம்பர்,2021). ரஷ்யாவில் கொரோனா பெருந்தொற்று தொடங்கிய நாளில் இருந்து, முதல் முறையாக நாள் ஒன்றுக்கு 1,000 க்கும் மேற்பட்ட கொரோனா இறப்புகள் தற்போது பதிவாகி வருவது வேதனைக்குரியதாகும். ரஷ்ய மக்கள் தடுப்பூசி போட்டுக் கொள்ளாததே இதற்கு காரணம் என அந்நாட்டு அரசு குற்றம் சாட்டியுள்ளது. இதுவரை, அந்த நாட்டின் மக்கள்தொகை யில் மூன்றில் ஒரு பகுதியினர் மட்டுமே தடுப்பூசி செலுத்திக் கொண்டுள்ளனர்.

கொரோனாவின் மூன்றாம் அலை எந்த வயதினரைப் பாதிக்கும் என்று தற்போது கணிப்பது கடினமானது. இருந்த போதிலும், இங்கிலாந்தில் ஏற்பட்ட மூன்றாம் அலையின் ஆரம்ப அறிகுறிகளின்படி குழந்தைகள் (10–18 வயது), இளையவர்கள் (18–30 வயது) இடையே இந்த வைரஸ் அதிகமாகப் பரவியதாகக் கண்டறிப்பட்டுள்ளது. குழந்தைகளுக்கும் இளைஞர்களுக்கும் இன்னும் தடுப்பூசி போடப்படவில்லை என்பதே இதற்கு முக்கியக் காரணம். இருந்தாலும், குழந்தைகள் பாதிப்புக்கு உள்ளாவது குறித்து மிகுந்த அச்சம் கொள்ளத் தேவையில்லை. குழந்தைகள், இந்த கொரோனா வைரஸ் பாதிப்புக்கு உள்ளாகும்போது, பெரியவர்களைவிடக் குறைந்த அளவு வைரஸ் சுமையையே பெறுகிறார்கள். உடலுக்குள் இந்த வைரஸ் நுழைவதற்கு வழிவகுக்கும் ஏசிஈ 2 ஏற்பிகள், குழந்தைகளின்

மூக்குப் பகுதிகளில் மிகவும் குறைவான அளவே இருப்பதால், வைரஸ் சுமையும் குறைவாகவே இருக்கும் என்று ஆராய்ச்சி யாளர்கள் தெரிவிக்கின்றனர்.

"மூன்றாம் அலையோடு கொரோனா பரவல் முற்றுப்பெறுமா அல்லது இந்த அலைகள் மேலும் தொடருமா?" என்பது பில்லியன் டாலர் கேள்வி. இதில் தென்படும் உண்மை என்னவென்றால், உலகம் முழுவதும் இந்த வைரஸிலிருந்து விடுபடும்வரை, இந்த வைரஸின் 'பிறழ்வுகள்' பரவும் ஆபத்து இருக்கும். எதிர்காலத்தில் பெரிய அலைகள் ஏற்படாவிட்டாலும், மண்டல அளவிலான பரவல்கள் நிகழ்ந்துகொண்டுதான் இருக்கும். மக்கள் தடுப்பூசி போட்டுக்கொள்வதில் காட்டும் வேகத்தைப் பொறுத்துதான் இந்தப் பரவல் குறையும். இந்த அலைகளிலிருந்தும் பாதிப்புகளி லிருந்தும் வெளிவர இன்னும் 2-3 ஆண்டுகளாவது ஆகும் என்பதே ஆராய்ச்சி யாளர்களின் கணிப்பு. மேலும், நம் நாட்டில் இந்த இரண்டாவது அலையினால் பாதிக்கப்பட்டவர்களின் எண்ணிக்கை அதிகமாக இருப்பது சமூக நோய் எதிர்ப்பாற்றலை அதிகரித்திருக்கும் என நம்பப்படுகிறது. இதனால் மூன்றாம் அலையில் இரண்டாம் அலையைவிடப் பாதிப்பு குறைவாக இருக்கவும் வாய்ப்பு உள்ளது குறிப்பிடத்தக்கதாகும்.

34

பிறழ்வுகள் தடுப்பூசிகளின் செயல்திறனை எவ்வாறு பாதிக்கின்றன? கோவிட்–19இன் டெல்டா மாறுபாட்டிற்கு எதிராகத் தடுப்பூசி களின் திறன் என்ன?

பல நாடுகளில் வைரஸ்களின் பிறழ்வுகள் அதிகரித்துவருவதால் இந்த வைரஸின் அலைகளும் அதிகரித்துவருகின்றன. இந்தப் பிறழ்வுகள் எளிதில் பரவுவதோடு மட்டுமல்லாமல் நம் உடலில் உள்ள நோய் எதிர்ப்பான்களை மிஞ்சும் திறனையும் கொண்டுள்ளன. புதிய வைரஸ் பிறழ்வுகள் தோன்றி னால் அவை அடுத்த அலையை உருவாக்கும் என்று சொல்ல முடியாது. ஒவ்வொரு முறை பிறழ்வுகள் தோன்றும்போதும் அவை அதிகத் தாக்கத்தை ஏற்படுத்த வாய்ப்புகள் இருக்கும் அளவிற்கு, தாக்கத்தை ஏற்படுத்தாமல் போகவும் வாய்ப்புகள் அதிகம் இருக்கின்றன. இதுவரை மரபணுப் பிறழ்வுகள் அடைந்த வைரஸ்களிலிருந்து நான்கு வகைகள்தான் அதிக பாதிப்பை ஏற்படுத்தியதாக உலக சுகாதார நிறுவனம் கூறுகிறது. முதலாவதாக, அமெரிக்காவில் கண்டறியப்பட்ட ஆல்ஃபா வகை. இதன் பரவும் வேகம் அதிகமாக இருந்தது. அடுத்து, தென் ஆப்பிரிக்காவில் கண்டறியப்பட்ட பீட்டா வகை. மூன்றாவதாக, பிரேசிலில் கண்டறியப்பட்ட காமா வகை. கடைசியாக, இந்தியாவில் கண்டறியப்பட்ட டெல்டா வகை. இதன் பரவும் வேகமும் தாக்கமும் மிக அதிகமாகவே இருக்கின்றன.

ஆனால், வைரஸ் பிறழ்வுகள் எளிதில் பரவும் தன்மை உடையதாக இருப்பதால் நாம் கவனமுடன் இருக்க வேண்டும். குறிப்பாக, வைரஸின் புரத முட்களில் ஏற்படும் பிறழ்வுகளே மிகவும்

அபாயகரமானவையாக உள்ளன. இதுபோன்ற நேரங்களில், இந்த வைரஸ் மாறுபாடுகள் நமது நோய் எதிர்ப்புக் கட்டமைப்பிடமிருந்து தப்பித்து நோயை ஏற்படுத்தும். அதாவது அதிகத் தொற்றுப் பரவலுக்கும் நோயின் தீவிரத்துக்கும் வழி வகுக்கும். எனவே, கோவிட்-19க்கு எதிராக மக்கள் முன்னெச்சரிக்கைகளையும் அரசாங்க வழிமுறைகளையும் பின்பற்ற வேண்டும். தடுப்பூசிகள் தொற்றையும் பரவுதல் விகிதங்களையும் குறைக்கின்றன. மிக முக்கியமாக, தடுப்பூசிகள் கோவிட்-19 வைரஸ் பாதிக்கும் வாய்ப்புகளை 90%க்கும் மேல் குறைக்கின்றன.

ஒரு தடுப்பு மருந்தை நமது நோய் எதிர்ப்பு மண்டலம் முதல்முறையாக எதிர்கொள்ளும்போது இரண்டு வகையான வெள்ளை ரத்த அணுக்களை உற்பத்தி செய்கின்றன. முதலாவதாக, நோய் எதிர்ப்பு செல்களான பிளாஸ்மா-பி செல்கள், டி-செல்கள். இவை குறிப்பிட்ட நோய்க்கிருமிகளைக் கண்டறிந்து அவற்றைக் கொல்வதற்காக உருவாக்கப்படுபவை. முக்கியமாக, நோய் எதிர்ப்பாற்றலை உருவாக்கும் இரண்டாவது நிலைச் செயல்பாட்டைத் தூண்டுவதற்காகவும் அடுத்து பிளாஸ்மா செல்கள் முதிர்ச்சி அடைதல் செயல்பாட்டை விரைவுபடுத்தவும் இரண்டாவது டோஸ் தடுப்பூசியைப் போட்டுக்கொள்ள வேண்டும். தடுப்பூசிகளைப் பொறுத்தவரை, இந்தியாவில் உள்ள டெல்டா வகை வைரஸ்களின்மீது முதல் டோஸ் தடுப்பூசி செலுத்தும்போது அதன் செயல்திறன் குறைவாக இருந்தது. ஆனால், இரண்டாவது டோஸ் செலுத்திய பிறகு தடுப்பூசியின் செயல்திறன் அதிகரித்தது. முக்கியமாக, அறிகுறிகளுடன் கூடிய கொரோனா தொற்று உறுதியானவர்கள்மீது கோவிஷீல்டு தடுப்பூசியின் செயல்திறன் 60% ஆகவும், தொற்றால் பாதிக்கப்படாதவர்களுக்கு இரண்டு டோஸ்களும் செலுத்திய பிறகு அதன் செயல்திறன் 92% ஆகவும் இருப்பதாக ஆய்வுகள் கூறுகின்றன. எனவே, தடுப்பூசி போட்டுக்கொள்ளத் தகுதி உள்ள அனைவரும் தடுப்பூசி போட்டுக்கொள்வதன் மூலம் மூன்றாம் அலை உருவாவதைத் தடுக்கலாம்.

சார்ஸ்-கோவிட்-2இன் டெல்டா மாறுபாட்டிற்கு எதிராக, தற்போது உள்ள கோவிட்-19 தடுப்பூசிகள் எவ்வளவு சிறப்பாகச் செயல்படுகின்றன என்பதை விஞ்ஞானிகள் ஆய்வு செய்துவருகின்றனர். இந்தியாவில் முதன்முதலில் அடையாளம் காணப்பட்ட சார்ஸ்-கோவிட்-2இன் டெல்டா பிறழ்வு இப்போது வேகமாகப் பரவிவருகிறது. மேலும் ஒரு ஆய்வு, டெல்டா பிறழ்வு முந்தைய மாறுபாட்டைக் காட்டிலும் அதிவேகமாகப் பரவக்கூடியது என்று கூறுகிறது.

தென்னாப்பிரிக்காவில் கண்டறியப்பட்ட B.1.1.529 கொரோனா திரிபுக்கு, உலக சுகாதார அமைப்பு 'ஒமிக்ரான்' என்ற கிரேக்க பெயரை சூட்டி உள்ளது. B.1.1.529 திரிபு, தென்னாப்பிரிக்காவிலிருந்து 24 நவம்பர் 2021 அன்று உலக சுகாதார நிறுவனத்துக்கு முதன்முதலில் தெரிவிக்கப்பட்டது. இந்த ஒமிக்ரான் திரிபு, டெல்டாவை விட ஆறு மடங்கு வேகமாக பரவக்கூடிய சாத்தியங்கள் இருப்பதாக வைராலஜிஸ்ட்கள் கருதுகின்றனர். இந்த ஒமிக்ரானில், 53 க்கும் மேற்பட்ட மரபணு பிறழ்வுகள் ஏற்பட்டுள்ளன. குறிப்பாக, ஸ்பைக் புரத இழையில் மட்டும் 32 க்கும் மேற்பட்ட அபாயகரமான பிறழ்வுகள் கண்டறியப்பட்டுள்ளன. பொதுவாக, கொரோனாவிற்கு எதிரான தடுப்பூசிகள் இந்த ஸ்பைக் புரத இழையைத் தாக்கி செயல் இழக்கச்செய்கின்றன. மேலும், செல்களுக்குள் ஊடுறுவ கொரோனா வைரஸ்கள் இந்த ஸ்பைக் புரத இழையைத்தான் பயன்படுத்துகின்றன என்பது குறிப்பிடத்தக்கதாகும். ஒமிக்ரான் தொற்று பாதித்தநோயாளிகள் சோர்வு, தசை வலி, தொண்டை அரிப்பு, வறட்டு இருமல் போன்ற அறிகுறிகளை கொண்டுள்ளனர். உலக சுகாதார நிறுவனம், 26 நவம்பர் 2021 அன்று, இந்த ஒமிக்ரான் கொரோனா திரிபை 'கவலைக்குரிய திரிபு' என அறிவித்தது.

இந்தியாவில், ஆக்ஸ்போர்டு–அஸ்ட்ராசெனெகா கோவிட்–19 தடுப்பூசி 'கோவிஷீல்டு' என்ற பெயரைக் கொண்டுள்ளது. ஆக்ஸ்ஃபோர்டு பல்கலைக்கழகத்துடன் இணைந்து சீரம் இன்ஸ்டிடியூட் ஆஃப் இந்தியா இந்தத் தடுப்பூசியைத் தயாரித்துள்ளது.

கோவாக்சின் என்பது இந்திய மருத்துவ ஆராய்ச்சி கவுன்சிலுடன் (ஐ.சி.எம்.ஆர்.) இணைந்து பாரத் பயோடெக் உள்நாட்டிலேயே உருவாக்கியுள்ள தடுப்பூசி.

ஸ்புட்னிக் வி, ரஷ்யாவின் கமலேயா ஆராய்ச்சி நிறுவனம் தயாரித்த தடுப்பூசி. இதை நம் நாட்டில் பயன்படுத்த டாக்டர் ரெட்டி ஆய்வகம் அனுமதி பெற்றுள்ளது.

செயல்திறனைப் பொறுத்தவரையில் கோவிஷீல்டு 70 முதல் 90% வரையும், கோவாக்சின் 81% வரையும் ஸ்புட்னிக் வி 91% அளவும் செயல்திறன் கொண்டவை. பெரும்பாலான தடுப்பூசிகள் சிறப்பாகச் செயல்பட இரண்டாவது (பூஸ்டர்) டோஸ்கள் தேவைப்படுகின்றன.

கோவிஷீல்டு என்பது சிம்பன்சி இனத்திலிருந்து சாதாரண சளி, இருமலை உருவாக்கும் அடினோ வைரஸைப் பயன்படுத்தி,

அதில் கொரோனா வைரஸின் புரத முள் மரபணுக்களை உட்புகுத்தி உருவாக்கப்பட்டது. கோவாக்சின் என்பது செயலிழக்கப்பட்ட கொரோனா வைரஸிலிருந்து தயாரிக்கப் பட்டுள்ளது. ஸ்புட்னிக் வி என்பது அடினோ வைரஸை மாற்றி அமைக்கப்பட்ட மரபணுவில் உருவாக்கப்பட்ட தடுப்பூசி. முதல் டோஸில் ஒரு வைரஸும், இரண்டாவது டோஸில் வேறொரு வைரஸும் செலுத்தப்படுகின்றன. இதனால், 'நீடித்த' நோய் எதிர்ப்பாற்றல் நமக்கு கிடைக்கிறது. இந்தத் தடுப்பூசிகள், உடலுக்குள் நுழையும் கொரோனா வைரஸுக்கு எதிரான எதிரணுக்களை உருவாக்கி, அவற்றின் வீரியமிக்க புரதத்தை அழிக்கும் திறன் கொண்டவையாகும். ரஷ்ய ஸ்பூட்னிக் வி கோவிட்–19 தடுப்பூசித் தயாரிப்பாளர்கள் டெல்டா மாறுபாட்டிற்கு எதிராகத் தங்கள் தடுப்பூசி மிகவும் பயனுள்ள தாக இருக்கும் என்று சமீபத்தில் அறிவித்தனர். மேலும், டெல்டா மாறுபாட்டிற்கு எதிராகச் செயல்படக்கூடிய வகையில் வடிவமைக்கப்பட்ட பூஸ்டர் மருந்தை விரைவில் வழங்கப் போவதாகவும் இந்த நிறுவனம் தெரிவித்துள்ளது.

35

பிற வைரஸ்களுடனான தொடர்பின் மூலம் சார்ஸ்–கோவிட்–2இன் நகலெடுப்பை நிறுத்த முடியுமா?

பிற வைரஸ்களுடனான (உதாரணமாக, குளிர் காய்ச்சல் வைரஸ்) சார்ஸ்–கோவிட்–2இன் தொற்று, இதன் பரவலைத் தடுக்கும் என ஆராய்ச்சியில் தெரிய வந்துள்ளது. ஒரு புதிய ஆய்வு, சார்ஸ்–கோவிட்–2, நம் நுரையீரலின் மேல் சுவாசக் குழாயிலும் மற்றும் உடலின் ஆரம்பகால நோயெதிர்ப்பு மண்டலத்திலும், இந்த வைரஸின் நகலெடுப்பினை மதிப்பீடு செய்தது. சார்ஸ்–கோவிட்–2 நோய்த்தொற்று ஒருவருக்கு ஏற்பட்ட உடனே அதிவேகமாக நகலெடுக்கிறது என்று ஆய்வு தெரிவிக்கிறது. மேலும், வலுவான நோயெதிர்ப்பு அமைப்பு கொண்ட நபர்களால் மட்டுமே இந்த வைரஸின் நகலெடுப்பைக் குறைக்க முடியும் என ஆராய்ச்சி முடிவுகள் தெரிவிக்கின்றன. 'இன்டர்ஃபெரான்கள்' என்பது வைரஸ்கள் இருப்பதற்கு பதிலளிக்கும் விதமாக நமது செல்கள் வெளியிடும் புரதங்களின் 'குழு'. வைரஸ் தொற்றுகளிலிருந்து நமது செல்களைப் பாதுகாக்க, இந்த இன்டர்ஃபெரான்கள் உதவுகின்றன. வைரஸ் நகலெடுப்பதற்கு எதிர்ப்பாக இவை செயல்படுகின்றன.

வைரஸின் பிறழ்வுகளின் அடிப்படையில் அவற்றின் பரவுதல் வேறுபடுகின்றது. எனவே, சார்ஸ்–கோவிட்–2 வகைகளின் பரவுதலில் உள்ள வேறுபாடுகளைப் புரிந்துகொள்ள, வைரஸ், நமது நோயெதிர்ப்பு அமைப்புக்கு இடையிலான தொடர்புகளைத் தெரிந்துகொள்வது அவசியம் ஆகும். உடலுக்குள் நுழைந்த பிறகு, சார்ஸ்–கோவிட்–2 தொடக்கத்தில், மேல் சுவாசக் குழாயில் பெருகுகிறது. இதன் காரணமாக, இன்டர்ஃபெரான்கள் தொடர்புடைய ஆன்டிவைரல்கள் தூண்டப்படு கின்றன. அவை வைரஸ் நகலெடுப்பைப் பெருமளவு தடுக்கின்றன.

36

சார்ஸ்–கோவிட்–2 வைரஸ் பரவுவதைப் பருவநிலை எவ்வாறு பாதிக்கிறது?

ஆய்வாளர்கள் பதிலளிக்க முயற்சிக்கும் ஒரு பெரிய கேள்வி என்னவென்றால், "குளிர்காலத்தில் கொரோனா வைரஸ் பரவல் அதிகமாகவும் கோடையில் குறைவாகவும் இருக்குமா?" என்பது தான். இந்தப் புதிய வைரஸைப் பற்றி நாம் கிட்டத் தட்ட ஒன்றரை ஆண்டுகளாக மட்டுமே அறிந்து வந்திருக்கிறோம். கொரோனா வைரஸ் தொற்றுப் பரவல், பருவ நிலையைப் பொறுத்தது என்பதைச் சொல்வதற்கு நிறைய ஆய்வுகள் தேவைப்படுகின்றன. வெப்பம் அதிகமாக இருக்கும் நாடுகளில் கொரோனா வைரஸ் தொற்று பரவாது என்பதை ஏற்றுக்கொள்ள முடியாது. ஏனென்றால், கொரோனா வைரஸ் உலகம் முழுவதும் அனைத்து நாடுகளிலும் பரவி யுள்ளது. கொரோனா தொற்று, பருவநிலையைப் பொறுத்து மாறுபடுமா என்பதைத் தெரிந்துகொள்ள நீண்ட காலம், 'ஒரே' இடத்தில் தொற்றுப் பரவல் எவ்வாறு மாறுபடுகிறது என்பதை ஆராய வேண்டும்.

இருப்பினும், இது வெவ்வேறு பருவநிலை கொண்ட நாடுகளில் எவ்வாறு பரவுகிறது என்பதைப் பார்ப்போம். கொரோனா தொற்று அதிகமாகப் பரவிய நாடுகளில் சராசரி வெப்பநிலையைக் காட்டிலும் குறைவான வெப்பம் இருந்ததாக ஆய்வு ஒன்று தெரிவிக்கிறது. அதிக வெப்பநிலை உள்ள நாடுகளில் கொரோனா தொற்று குறைவாக இருப்பதும் கண்டறியப்பட்டது. கோவிட்–19 தொற்றை உண்டாக்கும் சார்ஸ்–கோவிட்–2 தவிர பிற கொரோனா வைரஸ்கள் பெரும்பாலும் குளிர்காலங்களில் தான் அதிகமான பரவலைக் கொண்டிருந்தன. ஆனால், இந்த சார்ஸ்–கோவிட்–2 வைரஸுக்கும் இதே தன்மை இருக்குமா என்பதை விரிவான ஆய்வின் மூலமே கண்டறிய முடியும்.

37

ஸ்மார்ட் போன்கள் மூலம் கொரோனா வைரஸ் பரவுமா?

ஸ்மார்ட் போன்கள் கொரோனா வைரஸ் பரப்பிகளாக (கேரியர்கள்) இருக்கலாம் என்று ஆராய்ச்சியாளர்கள் கூறுகின்றனர். எனவே, முடிந்தவரை மருத்துவமனைகளிலாவது நாம் ஸ்மார்ட் போன்களைப் பயன்படுத்துவதை தவிர்க்க வேண்டும். ஸ்மார்ட் போன்கள் தற்போது அதிகம் பயன்படுத்தப்படும் மின்னணுச் சாதனங் களில் ஒன்று. நாம் பயன்படுத்தும் ஸ்மார்ட் போனின் மேற்பரப்பு கிருமிகளால் சூழப்பட்டுள்ளது. அதிக எண்ணிக்கையில் பாக்டீரியாக்கள் (25,000 / 2.5 சென்டி மீட்டர்) நமது ஸ்மார்ட் போனில் இருக்கலாம் எனக் கண்டுபிடிக்கப்பட்டுள்ளது. எனவே, கிருமிகளைச் சுமக்கும் சாதனமாக ஸ்மார்ட் போன் மாறுகிறது. உதாரணமாக, காய்ச்சல் வைரஸ் ஸ்மார்ட் போன் வழியாக நம்மைத் தொற்றும் எனக் கண்டறியப்பட்டுள்ளது. ஏனென்றால், காய்ச்சல் வைரஸ், 24 மணி நேரம்வரை ஸ்மார்ட் போன் மேற்பரப்புகளில் உயிர் வாழும் தன்மை கொண்டதாகும்.

தற்போது, கொரோனா வைரஸ் வேகமாகப் பரவுவதால், ஸ்மார்ட் போன்களால் இந்த வைரஸ் பரவுமா என்ற அச்சம் எழுகிறது. முக்கியமான கவலை என்னவென்றால், ஒரு நபர் தனது ஸ்மார்ட் போனிலிருந்து இந்த வைரஸின் பாதிப்பிற்கு ஆளாவது எந்த அளவு சாத்தியம் என்பதும் ஸ்மார்ட் போனில் கொரோனா வைரஸ் எவ்வளவு காலம் ‘உயிர் வாழும்’ என்பதும் மிக முக்கியமாகும். உலக சுகாதார அமைப்பின் அறிக்கையின்படி, 2003இல் கண்டுபிடிக்கப்பட்ட அசல் சார்ஸ்–கோவிட் வைரஸ், ஒரு கண்ணாடி மேற்பரப்பில் 96 மணிநேரம்

(நான்கு நாட்கள்) வரை 'உயிர்ப்புடன்' இருந்ததாகக் குறிப்பிடுகிறது. அமெரிக்காவின் தேசிய சுகாதார நிறுவனத்தின் சமீபத்திய ஆய்வில், தற்போதைய கொரோனா வைரஸ் (சார்ஸ்–கோவிட்–2) எஃகு, கடினமான பிளாஸ்டிக் மேற்பரப்பு ஆகியவற்றில் சுமார் 72 மணி நேரம் (மூன்று நாட்கள்) உயிர்ப்புடன் இருக்கலாம் எனக் கண்டறியப்பட்டுள்ளது. கிட்டத்தட்ட எல்லா ஸ்மார்ட் போன்களும் ஒரு கண்ணாடி, பிளாஸ்டிக் பேனல் முன்பக்கத்துடன் வருவதால், கொரோனா வைரஸ் ஒரு ஸ்மார்ட் போனில் மூன்று முதல் நான்கு நாட்கள்வரை இருக்கலாம் என்று கருதப்படுகிறது. ஸ்மார்ட் போன்கள் மட்டுமல்ல, ஸ்மார்ட் வாட்ச், டேப்லெட், லேப்டாப் போன்ற கண்ணாடி அல்லது பிளாஸ்டிக் மேற்பரப்பு கொண்ட எந்த ஒரு எலக்ட்ரானிக் சாதனத்திலும் இந்த வைரஸ்கள் உயிர்ப்புடன் இருக்க முடியும்.

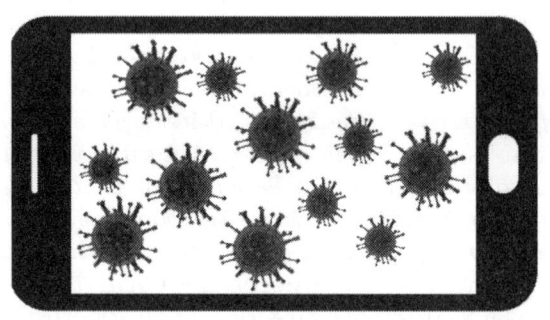

இப்போதுள்ள எலக்ட்ரானிக் சாதனங்கள் அனைத்திலும், ஸ்மார்ட் போனே அதிகம் பயன்படுத்தப்படுகிறது. எனவே, கொரோனா வைரஸ் தொற்றைத் தவிர்ப்பதற்கு, நமது ஸ்மார்ட் போனை அடிக்கடி சுத்தம் செய்வது முக்கியம். ஸ்மார்ட் போனை சுத்தம் செய்ய, ஆல்கஹால் அடிப்படையிலான துப்புரவு திரவத்தைப் பயன்படுத்தலாம். இல்லையெனில், சற்று ஈரமான மைக்ரோஃபைபர் துணியால் மேற்பரப்பைத் துடைக்கலாம். குறிப்பாக, இதை சுத்தப்படுத்த, 60–70% 'ஐசோபிரோப்பைல் ஆல்கஹால்' (Isopropyl alcohol) கரைசலைப் பயன்படுத்துவது நல்லது. நமது ஸ்மார்ட் போனின் தொடுதிரையில் உள்ள ஓலியோபோபிக் பூச்சுகளை (oleophobic coating) இவை அழிக்கக் கூடும் என்பதால், 70 சதவீதத்திற்கும் அதிகமான ஆல்கஹால் செறிவுகொண்ட தொற்று அழிக்கும் திரவத்தை இங்கே பயன்படுத்தக் கூடாது.

38

காற்றில் உள்ள தாவர மகரந்தங்கள் மூலம் சார்ஸ்–கோவிட்–2 பரவ வாய்ப்பு உள்ளதா?

காற்றில் உள்ள தாவர மகரந்தங்கள் மூலம் சார்ஸ்–கோவிட்–2 பரவும் வாய்ப்பு குறைவாகவே உள்ளது. ஒரு கணினி ஆய்வு (மாடல்), பூக்களிலிருந்து வரும் மகரந்தங்கள் இந்த வைரஸைச் சுமந்து மக்களிடத்தில் வைரஸ் பரவலை எளிதாக்கும் என்கிறது. தற்போது நேரடி ஆதாரங்கள் இல்லை என்றாலும், மகரந்தங்களின் மூலம் வைரஸ்கள் பரவ முடியும் என்று இந்தக் கணினி ஆய்வு கருதுகிறது. சைப்ரஸில் உள்ள நிக்கோசியா பல்கலைக்கழக ஆராய்ச்சியாளர்கள் ஒரு வில்லோ மரத்திலிருந்து மகரந்தங்கள் அருகிலுள்ள மக்கள் கூட்டம் வழியாகப் பரவுவதை மாதிரியாகக் கொண்டனர். இதில் 2 மீட்டர் இடைவெளி இருப்பதாகவும் மணிக்கு 4 கிலோமீட்டர் வேகத்தில் காற்று வீசுவதாகவும் கணக்கில் கொண்டனர். மரத்திலிருந்து, 20 மீட்டர் தொலைவில் 11 பேர் கொண்ட குழுக்களைக் கொண்டு இந்த ஆய்வு மாதிரி உருவாக்கப்பட்டது.

நம்முடைய இருமல், தும்மலின்போது, காற்றில் பரவும் உமிழ்நீர்த்திவலைகளுக்கும் மகரந்தத் துகள்களுக்கும் இடையே தொடர்பு இருப்பதை ஆய்வில் கண்டறிந்தனர். எனவே, இந்த வைரஸ் உள்ள நீர்த்திவலைகள் மகரந்தங்கள் மூலம் காற்றில் பரவ வாய்ப்புகள் உள்ளன என்பதைக் கண்டறிந்தனர். இந்த ஆய்வை தலிப் டபூக், டிமிட்ரிஸ் டிரிகாக்கிஸ் ஆகியோர் மேற்கொண்டனர். ஒப்பீட்டளவில், நமது உமிழ்நீரின் துளிகள் கனமானவை. விரைவாக ஆவியாகின்றன. மகரந்தத் துகள்களில் சிறிதளவு நீர் உள்ளது என்றும், அதனால் இந்த மகரந்தங்கள்

குறிப்பிடத்தக்க தூரம்வரை இந்த வைரஸைச் சுமந்து செல்ல முடியும் என்றும் ஆராய்ச்சியாளர்கள் கருதுகின்றனர். எனவே "மகரந்தச் சேர்க்கை பருவத்தில் உள்ள தாவரங்களுக்கு அருகில் கூடுவதை மக்கள் தவிர்க்க வேண்டும்," என்று பேராசிரியர் டிரிகாக்கிஸ் கூறியுள்ளார்.

2021 மார்ச்சில் வெளியான ஒரு ஆய்வில், உலகெங்கிலும் உள்ள 31 நாடுகளில் வான்வழி மகரந்தச் செறிவு மூலம் சார்ஸ் கோ3-விட்-2 நோய்த்தொற்று பரவல் ஏற்படக்கூடிய வகையில் காரணிகள் உள்ளதாகத் தெரிகிறது. இருப்பினும், ஜெர்மன் நாட்டைச் சேர்ந்த ஆய்வாளர்கள், காற்று மாதிரிகளில் உள்ள மகரந்தத்தைப் பிரித்து ஆய்வு மேற்கொண்டனர். இதில், மகரந்தங்கள், சார்ஸ் கோ-விட்-2 வைரஸைச் சுமந்து செல்லவோ அல்லது கடத்தவோ முடியும் என்பதற்கான போதிய ஆதாரங்கள் கிடைக்கவில்லை என்றனர்.

39

கொரோனா வைரஸ் தொற்றைக் கட்டுப் படுத்தும் கூட்டு நோய் எதிர்ப்புத் திறன் இந்தியாவில் உருவாவது சாத்தியமா?

ஒரு குறிப்பிட்ட நோயால் அதிக மக்கள், பாதிக்கப்பட்டு நோய் எதிர்ப்புத் திறன் கொண்டிருந்தால், அந்த மக்கள் கூட்டத்தில் உள்ள ஒரு நபரால் மேலும் நோய் பரவுவது தடுக்கப்படும். இதன் மூலம் நோயால் பாதிக்கப்படாமல் இருப்பவர்களுக்கும் நோய் பரவுவதைத் தடுக்கலாம். இது சமூகக் கூட்டு நோயெதிர்ப்புத் திறன் *(Herd Immunity)* என அழைக்கப்படுகிறது. சமூகக் கூட்டு நோயெதிர்ப்புத் திறனானது ஒரு சமூகத்தில் உருவாக வேண்டும் என்றால் அந்த நோய்க்கு எதிராகப் பெரும்பான்மை மக்கள் நோய் எதிர்ப்பு சக்தி பெற்றிருக்க வேண்டும். இதனால் ஒரு காலகட்டத்திற்குப் பிறகு நோய் பரவுதல் நின்றுவிடும். இது நடைமுறைக்கு வரச் சிறிது காலமாகும். நோயின் தொற்றும் தன்மையைப் பொறுத்து 70 முதல் 90 சதவீத மக்கள் நோய் எதிர்ப்புத் திறனைக் கொண்டிருந்தால் சமூக நோய் எதிர்ப்புக் கூட்டுத் திறன் நிலையை அடையலாம்.

இந்தத் தொற்றைப் பொறுத்தவரை 50–60% மக்கள் நோய் எதிர்ப்பு சக்தி பெற்றிருக்க வேண்டும் என்று உலக சுகாதார நிறுவனம் குறிப்பிடுகிறது. நோயெதிர்ப்பு சக்தியை நாம் மூன்று வழிகளில் பெறலாம். முதலாவதாக தடுப்பூசி செலுத்திக் கொள்வதன் மூலமும், இரண்டாவதாக, வைரஸ் தாக்குதல் ஏற்பட்டு நோய் உருவாகிச் சரியாவதன் மூலமும், கடைசியாக வைரஸ் தாக்குதல் ஏற்பட்டு, ஆனால் நோய் வெளியில் தெரியாமல், அறிகுறிகள் இல்லாமலேயே சரியாகிவிடுவதன் மூலமும் சமூக

நோயெதிர்ப்புக் கூட்டுத் திறன் உருவாக வாய்ப்பு உண்டு என ஆய்வாளர்கள் நம்புகின்றனர்.

கொரோனாவின் தன்மைகளைப் புரிந்துகொள்வதில் கத்தார் நாட்டில் உண்டான கொரோனா பரவல் பற்றிய தகவல்கள் முக்கியப் பங்கு வகிக்கின்றன. ஏனெனில் கத்தாரில்தான் நோயுற்றவர்களின் சதவீதம் மிகவும் அதிகம். கத்தாரில் பத்து லட்சம் பேரில் 39,033 பேருக்கு கொரோனா தொற்று உறுதி செய்யப் பட்டது. அதாவது, மொத்த மக்கள் தொகையில் கிட்டத்தட்ட 4% பேர் பாதிக்கப்பட்டிருந்தனர். ஆனால், இப்போது இந்தத் தொற்று அங்கு பெருமளவு குறைந்துள்ளது. இதற்கு சமூகக் கூட்டு நோயெதிர்ப்புத் திறன் காரணமா அல்லது கத்தாரின் நோய்த் தடுப்பு நடவடிக்கைகள் காரணமா என்று கணிக்க முடிய வில்லை. அதேநேரம், அமெரிக்காவில் 10,00,000 நபர்களுக்கு 13,388 நபர்கள் மட்டுமே பாதிக்கப்பட்டிருந்தாலும் (1.3%) புதிய தொற்றுகளின் எண்ணிக்கை அதிகரித்துக்கொண்டேவந்தது. நம் நாட்டில், 10,00,000 நபருக்கு 1,075 நபர்கள்தான் (0.1%) பாதிக்கப்பட்டுள்ளனர். சிலருக்கு நோய் கண்டறியப்படாமல் இருக்கலாம்; சிலருக்கு நோய்த்தொற்று ஏற்பட்டு, அறிகுறிகள் இல்லாமலேயே குணமாகியிருக்கலாம் என ஆய்வு கூறுகிறது.

அறிகுறிகள் இல்லாமல் நோயெதிர்ப்பு சக்தி பெற்றவர்கள் பற்றிப் பல நாடுகளும் கணக்கெடுத்துவருகின்றன. நம் உடலில் உள்ள நோய் எதிர்ப்பான்களைச் சோதனைகள் மூலம் கணக்கெடுத்துப் பார்த்ததில் அதிகபட்சமாக 20% பேருக்கு கொரொனா நோய்க்கு எதிராக நோய் எதிர்ப்பான்கள் உருவாகி யிருப்பதைக் கண்டறிந்துள்ளனர். இந்தத் தரவுகளின்படி, சமூக நோய் எதிர்ப்புக் கூட்டுத் திறனை அடையத் தேவையான 60–70% என்பது எட்டாக்கனியாகவே உள்ளது. இப்போது உள்ள கணக்கீடுகளின்படி, சமூக நோய் எதிர்ப்புக் கூட்டுத் திறனை அடைய இன்னும் இரண்டு, மூன்று வருடங்கள்கூட ஆகலாம். குறிப்பிடும்படியாக, நோய்த் தாக்குதல் மூலம் ஒரு முறை உருவான இந்த வைரசுக்கு எதிரான நோய் எதிர்ப்பு சக்தி காலங்கள் செல்லச் செல்லக் குறைவதும் கண்டறியப்பட்டுள்ளது. எனவே, தடுப்பூசி மூலம் இந்தச் சமூகக் கூட்டு நோய் எதிர்ப்புத் திறனை அடைவது தான் ஒரே வழியாகும்.

40

கொரோனா வைரஸ் பற்றிய வதந்திகளும் மற்றும் உண்மைகளும் யாவை?

கொரோனா தொற்றுக்கு எதிரான போரில் போலிச் செய்திகளும் வதந்திகளும் மிகவும் கவலை அளிப்பதாக உலக சுகாதார நிறுவனம் தெரிவித்ததை முன்னுரையில் குறிப்பிட்டோம்.

கொரோனா வைரஸ் தொற்றைவிட அது குறித்த வதந்திகள் அதிகம் பரவுவதால் அதனைக் கட்டுப்படுத்த வாட்ஸ் அப் செயலி, தனது பயனாளிகளுக்குச் சில கட்டுப்பாடுகளை விதித்துள்ளது. வழக்கமாகத் தகவல்களை ஒரே நேரத்தில் 5 பேருக்கு பகிர முடியும். ஆனால், புதிய கட்டுப்பாடுகளின்படி, ஒரு சமயத்தில் ஒருவருக்கு மட்டுமே பகிர முடியும். இதன் மூலம், வதந்திகள் பரவுவதைக் கட்டுப்படுத்த முடியும் என்று 'வாட்ஸ் அப்' நிறுவனம் தெரிவித்துள்ளது. வாட்ஸ் அப் செயலியை இந்தியாவில் 40 கோடி மக்களும், உலக அளவில் 200 கோடி மக்களும் பயன்படுத்துகிறார்கள். கொரோனா தொற்று பற்றிய சில வதந்திகளையும் அவை பற்றிய உண்மைகளையும் நாம் இங்கு பார்க்கலாம்.

கொரோனா வைரஸ் நோய்த்தொற்று 'போலியானது', 'கேலிக்கூத்தானது' என்று கொலம்பிய செய்திச் சேனலில் மருத்துவர் ஒருவர் கூறினார். இது தவறான கருத்தாகும். இதுவரை, அந்த வீடியோ 180 லட்சம் முறை பார்க்கப்பட்டுள்ளது.

கொலாய்டல் சில்வர் (Colloidal Silver) என்னும் வெள்ளித் திரவத்தைக் குடிப்பதால் இந்த தொற்று குணமாகும் என்பது வதந்தி. மிக நுண்ணிய

வெள்ளித் துகள்கள் உள்ள ஒரு திரவத்தையே கொலாய்டல் சில்வர் என்கின்றனர். தொற்று பாதிக்கப்பட்ட ஒருவர் இந்த கொலோடியல் சில்வரைக் குடிப்பதால் 12 மணிநேரத்தில் கொரோனா பாதிப்பிலிருந்து குணமடையலாம் என்பது வதந்தி. இதைக் குடிப்பதால் சிறுநீரகக் கோளாறு, இதயக் கோளாறு, தோல் நீலமடைதல் (அர்ஜீரியா) போன்றவை ஏற்படும் என மருத்துவர்கள் எச்சரித்துள்ளனர்.

வெப்பக் கதிர் அலைவுகள் (Thermal Scanning) மூலம் கொரோனா வைரஸைக் கண்டறியலாம் என்பது வதந்தி. தற்போது அனைத்து இடங்களிலும் பயன்படுத்தும் வெப்பக் கதிர் அலைவுக் கருவிகள் மூலம் ஒரு நபருக்குக் காய்ச்சல் இருக்கிறதா அல்லது இல்லையா என்பதை மட்டுமே கண்டறிய முடியுமே தவிர, அவர் கோவிட்–19ஆல் பாதிக்கப்பட்டுள்ளாரா என்பதை அறிய முடியாது. பொதுவாக, கோவிட்–19 அறிகுறிகள் தெரிய 2–10 நாட்களாவது ஆகும். எனவே இந்தக் கருவிகள் மூலம் கொரோனாவால் பாதிக்கப்பட்ட நபரைக் கண்டறிய இயலாது.

கொரோனா தடுப்பூசி போட்ட பின் மீன், இறைச்சி உண்ணக் கூடாது என ஒரு வதந்தி பரவியது. கொரோனா தடுப்பூசி செலுத்திக்கொண்டவர்கள் இந்த உணவைத்தான் உண்ண வேண்டும் என்று கட்டுப்பாடு எதையும் உலக சுகாதார நிறுவனம் இதுவரை விதிக்கவில்லை. ஒரு குறிப்பிட்ட உணவை உண்பதால் தடுப்பூசி பலனளிக்காமல் போய்விடும் என்பதற்கான அறிவியல் சான்றும் இன்றுவரை இல்லை.

"ஏற்கனவே கொரோனாவால் பாதிக்கப்பட்டவர்களுக்குத் தடுப்பூசி தேவையில்லையா?" என்றும் கேள்வி எழுகிறது. கொரோனாவிலிருந்து மீண்ட பிறகு ஒரு சில மாதங்களுக்கே உடலில் நோய் எதிர்ப்பான்கள் இருக்கும். இதனால் 2–3 மாதங்கள் கழித்துத் தடுப்பூசி போட்டுக்கொள்ளலாம். கொரோனாவால் பாதிக்கப்பட்டவர்களுக்கு அடுத்த சில மாதங்கள்வரை மீண்டும் இந்தத் தொற்று உண்டாவதற்கான வாய்ப்பு குறைவாகவே இருக்கிறது. ஏனென்றால் முதலில் இந்த நோய் உண்டானபோதே, இந்த நோய்க்கு எதிரான நோய் எதிர்ப்பான்களை நம் உடல் உற்பத்தி செய்துவிடும். இதனால் மீண்டும் தொற்று உண்டாகும்பொழுது நம் உடலில் உண்டான நோய் எதிர்ப்பான்கள் கொரோனா வைரஸை எதிர்த்துப் போரிட்டு அழிக்கும். ஆனால், இந்த எதிர்ப்பாற்றல் ஆயுள் முழுவதும் நீடிக்காது. அடுத்த சில மாதங்கள் மட்டுமே நீடிக்கும். எனவே கொரோனாவால் பாதிக்கப்பட்டு குணமடைத்தவர்களும் தடுப்பூசி எடுத்துக்கொள்வது அவசியமாகிறது.

தடுப்பூசி எடுத்துக்கொண்ட பின், முகக்கவசம், சமூக இடைவெளி போன்ற நடைமுறைகளைக் கடைப்பிடிக்கத் தேவை இல்லை என்கிற நம்பிக்கை சிலரிடம் நிலவுகிறது. இது மிகவும் தவறானது. தடுப்பூசி நோயின் தீவிரத்தைக் குறைக்கிறது. தடுப்பூசி செலுத்தப்பட்டவர், நோய்க் கட்டுப்பாட்டு விதிகளை அலட்சியம் செய்யும்போது, அவர் பெருமளவு நோய்ப் பரவலுக்குக் காரணமாகிறார். எனவே தடுப்பூசி போட்டுக்கொண்டாலும் நோய்ப் பரவலைக் கட்டுப்படுத்துவதற்காகச் சமூக இடைவெளியைப் பின்பற்றுதல், முகக்கவசம் அணிதல், அடிக்கடி கைகளைக் கழுவிக்கொள்ளுதல் போன்றவற்றை முறையாகப் பின்பற்ற வேண்டும்.

சூடான வெப்பநிலையில் இந்த வைரஸ் உயிர் வாழாது என்பது இதுவரை கண்டறியப்படவில்லை. கொரோனா தாக்காமல் இருக்க நாம் குளிர் பானங்களைத் தவிர்க்க வேண்டும் என்றும் கூறப்பட்டது. ஆனால், இது குறித்து உலக சுகாதார நிறுவனம் எதுவும் கூறவில்லை.

கொரோனா வைரஸ் கொசு கடித்தலின் மூலமும் பரவு கிறது என்பது வதந்தி. கோவிட்–19 என்பது சுவாச நோய். எனவே, இது கொசு கடிப்பதன் மூலம் பரவ முடியாது. பாதிக்கப்பட்ட நபர் இருமும்போது அல்லது தும்மும்போது வெளிப்படும் சுவாச நீர்த்திவலைகளின் மூலமே பெரும்பாலும் பரவுகிறது.

சீன வைத்தியர்கள் சிலர் சுடுநீரில் பூண்டுப் பற்கள் போட்டு குடித்துவந்தால் கொரோனா நோய் குணமாகும் என்று சொன்னதாகக் கூறப்படுகிறது. பூண்டில் ஏராளமான ஆன்டி மைக்ரோபியல் தன்மை உள்ள மூலக்கூறுகள் இருந்தாலும், இது கொரோனா வைரஸைக் கொல்லும் என்பதற்கான ஆய்வு முடிவு எதுவும் இல்லை என்கிறது உலக சுகாதார நிறுவனம். மேலும், காரமான மிளகாய் சாப்பிடுவதால் கோவிட்–19 நோய்த் தொற்றைக் குணப்படுத்தவோ தடுக்கவோ முடியாது. கோவிட்–19 நோய்த்தொற்றைக் குணப்படுத்த எந்த மருந்தும் இதுவரை கண்டறியப்படவில்லை என்பதே உண்மை.

கொரோனா வைரஸைக் கொல்ல 'கை உலர்த்திகள்' (Hand driers) பயனுள்ளதாக இருக்கும் என்பது வதந்தி. இந்த வைரஸைக் கொல்லக் கை உலர்த்திகள் பயனுள்ளதாக இல்லை. நாம் அடிக்கடி சோப்பும் தண்ணீரும் கொண்டு கைகளைச் சுத்தம் செய்வதும், கிருமி நாசினிகளைப் பயன்படுத்துவதுமே முறையானவையாகும்.

நாம் உண்ணும் உணவிலும்கூட இந்த கொரோனா வைரஸ் தொற்று பரவும் என்றும் வதந்தியை நம்பி மக்கள் மீன்களையும்

இறைச்சியையும் சாப்பிடக்கூட அஞ்சுகிறார்கள். பெரும்பாலும், கொரோனா வைரஸ் தும்மல், இருமல் வழியாகத்தான் பரவுகிறது. எனவே நாம் சாப்பிடும் உணவிற்கும் கொரோனா வைரஸுக்கும் நெருங்கிய தொடர்பு எதுவும் இல்லை. எனவே மக்கள் வீண் வதந்திகளை நம்பி பீதி அடைய வேண்டாம் என்கிறார்கள் மருத்துவர்கள். இறைச்சி சாப்பிடும்போது செய்ய வேண்டியது ஒன்றே ஒன்றுதான், நன்றாகச் சமைத்துச் சாப்பிட வேண்டும். இது கொரோனா வைரஸ் மட்டுமல்ல, விலங்குகள் மூலம் பரவும் மற்ற நுண்ணுயிரிகளும் நம்மை தாக்காமல் இருக்க உதவும்.

எனவே, கொரோனா வைரஸ் பற்றி முகநூலிலும் வாட்ஸ் அப்பிலும் வரும் வதந்திகளை நம்பக் கூடாது. மாறாக, அரசு தரும் அதிகாரப்பூர்வமான தகவல்களை மட்டுமே தெரிந்துகொண்டு எச்சரிக்கையாக இருக்க வேண்டும். ஊட்டமுள்ள உணவை உட்கொண்டு வீட்டிலேயே இருப்பதும், தூய்மையைக் கடைபிடிப்பதும் முகக்கவசம் அணிவதும்தான் கொரோனாவிலிருந்து நம்மை பாதுகாக்கும்.

பகுதி III
கொரோனா வைரஸின் தாக்கங்கள்

41

சமூக முடக்கம் காரணமாக ஏற்பட்ட நன்மை பயக்கும் விளைவுகள் யாவை?

பொது முடக்கம் பெரும் பொருளாதாரச் சரிவை ஏற்படுத்தியது என்றாலும், நன்மைகளையும் விளைவித்திருக்கிறது. சமூக முடக்கம், நமது வாழ்க்கையிலும் சுற்றுச்சூழலிலும் குறிப்பிடத்தக்க தாக்கத்தை ஏற்படுத்தியுள்ளது. நிலம், நீர்நிலைகள், கடற்கரைகள் தூய்மையாக மாறிவருகின்றன. மிக முக்கியமாக, பசுமை இல்ல வாயுக்களின் உமிழ்வு கணிசமாகக் குறைந்துள்ளதாக ஆய்வுகள் குறிப்பிடுகின்றன. இந்தப் பொதுமுடக்கத்தின் விளைவாக, மொத்த சுற்றுச்சூழலும் மேம்பட்டிருக்கிறது. நமது குறுக்கீடுகள் இல்லாதலால், தாவரங்களின் வளர்ச்சிக்குத் தேவையான காரணிகளும் பிற ஊட்டச்சத்துக்களும் மாசுபடுத்தப்படவில்லை. இந்த மாற்றம் தாவரங்கள் ஆரோக்கியமாக வளரவும் அதிக விளைச்சலைப் பெறவும் உதவுகிறது.

தனியார் நிறுவனங்கள், தொழிற்சாலைகள், வணிக வளாகங்கள், திரையரங்குகள், சுற்றுலாத் தலங்கள், கோயில்கள் எனப் பொதுமக்கள் அதிகமாகக் கூடும் இடங்கள் மூடப்பட்டுள்ளதால், நகரப் பகுதிகளில் காற்று மாசுபாடு மிகவும் குறைந்துள்ளது. அதேபோலத் திடக்கழிவு சேர்வதிலும் மாற்றம் ஏற்பட்டுள்ளது. சென்னை மாநகராட்சியின் புள்ளிவிவரப்படி, சாதாரண நாட்களில் சென்னையில் தினமும் சுமார் 5,000 டன்னாக உருவாகும் குப்பை, பொது முடக்கத்தால் 3,800 டன்னாகக் குறைந்துள்ளது. மத்தியச் சுற்றுச்சூழல் அமைச்சகத்தின் புள்ளிவிவரங்களின்படி, சென்னையில், தொழிற்சாலைகள் நிறைந்த மணலி பகுதியில், காற்றின் தரக் குறியீடு, 2021 மார்ச் மாதம்

96ஆக இருந்தது, பொதுமுழு முடக்கம் காரணமாக ஏப்ரல் மாதம் அது 48ஆகக் குறைந்து காணப்பட்டது.

உலக வனவிலங்கு நிதியத்தின்படி (World Wildlife Fund), பூமியின் நிலப்பரப்பில் 30%க்கும் அதிகமாகக் காடுகளே உள்ளன. மக்கள் தொகையின் வளர்ச்சியானது கனிம வளங்கள், வேளாண்மை, மேய்ச்சல் எனக் காடுகள் அழிவிற்கு வழிவகுக்கிறது. அதிகரிக்கும் சராசரி வெப்பநிலை, உயரும் கடல் மட்டங்கள், தீவிர வானிலை மாற்றங்கள் போன்றவை உலகளாவிய சுற்றுச்சூழல் அமைப்பை மட்டுமல்ல, நமது ஆரோக்கியத்தையும் பாதிக்கின்றன. பறவைகள், வனவிலங்குகள் மூலம் வைரஸ் பெரும் பரவலுக்குக் காடழிப்பு மிக முக்கியக் காரணியாக உள்ளது. கோவிட்-19 என்பது வவ்வால்களிடமிருந்து பரவிய தொற்றுநோய் எனக் கருதப்படுகிறது.

தற்போது இந்தத் தொற்றைத் தடுக்க, கண்டறிய, சிகிச்சை அளிக்க, மருந்துக்களை உருவாக்கப் பல கோடிக்கணக்கான டாலர்கள் செலவிடப்படுகின்றன. ஆனால், வனவிலங்குகளின் வாழ்விடங்கள் அபாயத்திற்குள்ளாகுதல், காடுகள் அழித்தல் போன்ற முதன்மைக் காரணிகளை நாம் புறக்கணித்துவருகிறோம். ஆகவே, காடுகளின் முக்கியத்துவத்தை உலகம் உணர்ந்து கொள்வதும் உலகெங்கிலும் மரங்கள் வளர்ப்பை ஊக்குவிப்பதும் மக்கள் தொகைப் பெருக்கத்தைக் கட்டுக்குள் வைப்பதும் மிக முக்கியமானவையாகும்.

இந்தப் பொது முடக்கத்தால், வனவிலங்கு வர்த்தகத்திற்கு விதித்த உலகளாவிய தடையால், வனவிலங்குகளின் எண்ணிக்கை உயர்ந்துள்ளதாக ஆய்வுகள் கூறுகின்றன. நமக்கு வரும் தொற்றுநோய்களில் 60% விலங்குகளிலிருந்தே வருகின்றன. அவற்றில் 70% வன விலங்குகளிலிருந்தே பரவுகின்றன எனக் கண்டறியப்பட்டுள்ளது. எனவே, கட்டுப்பாடற்ற வனவிலங்கு வர்த்தகம், புதிய வைரஸ் தொற்றுக்களைத் தோற்றுவிக்கக்கூடும். ஆகையால், வனவிலங்குச் சந்தைகள், வர்த்தகங்களை நிரந்தரமாகத்

தடை செய்யுமாறு நிபுணர்கள் வலியுறுத்திவருகின்றனர். இந்த நடவடிக்கைகள், கோவிட்-19 போன்ற எதிர்காலத் தொற்று நோய்களிடமிருந்து மனித குலத்தைப் பாதுகாக்க உதவும். எனவே, தேசியப் பாதுகாப்பு, உயிர்ப் பாதுகாப்பு பொதுச் சுகாதாரம் ஆகியவற்றைக் கருத்தில் கொண்டு, வனவிலங்குச் சந்தைகள், வர்த்தகங்களை உலக அளவில் தடைசெய்வது அவசியமான ஒன்றாகும்.

42

இந்தப் பெருந்தொற்று எந்த வகையில் நமது உளவியல், சமூக நடத்தையை மாற்றியது?

இந்தத் தொற்று, மக்களிடம் மனச்சோர்வு, தூக்கமின்மை, மன அழுத்தம், பயம், கவலை ஆகியவற்றை உருவாக்குகிறது. கோவிட்–19 தாக்கத்தால் உலகம் முழுவதும், சுமார் 19.5 கோடி நபர்கள் வேலையை இழந்திருக்கலாம் எனச் சர்வதேசத் தொழிலாளர் அமைப்பின் தலைவர் கூறியுள்ளார். குறிப்பாக, ஒட்டுமொத்த காலநிலை மாற்றம், சுற்றுசூழல் மாசுபாடு, கோவிட்–19 தொற்று ஆகியவை நமது மனநலத்தைப் பெருமளவு பாதிக்கின்றன. தனிமைப்படுத்தப்படுதல், குறைந்த அளவிலான உடல் செயல்பாடுகள், வழக்கமான செயல்பாடுகளிலிருந்து மாறுபடுதல், மனச்சோர்வு போன்றவை நமக்குத் தீங்கை விளைவிக்கின்றன. அதிகம் பதற்றம் அடைபவர்கள், ஒரே செயலைப் பலமுறை செய்யத் தூண்டும் ஓ.சி.டி. (Obsessive-Compulsive Disorder) எனப்படும் மனநோய் உள்ளவர்கள் அதனால் பெரும் பாதிப்புக்கு ஆளாவதாக மனநல மருத்துவர்கள் கூறுகின்றனர்.

இந்தக் கடினமான நேரத்தில் நமது உடல், மன ஆரோக்கியத்தைப் பேணுவது மிக முக்கியமானது. உலக சுகாதார அமைப்பு வாரத்திற்கு 150 நிமிடங்கள் மிதமான அல்லது 75 நிமிட தீவிர உடற்பயிற்சி செய்வது நல்லது என பரிந்துரைக்கிறது. மேலும், மாலை நேர வெயிலை உள்வாங்கிக்கொள்வது நமது உடலில் வைட்டமின்–Dயை உருவாக்கி நன்மை அளிக்கிறது. முதலில், நாம் சத்தான உணவுகளை உண்ண வேண்டும். இது நம் நோயெதிர்ப்பு அமைப்பு சரியாகச் செயல்பட உதவுகிறது. தளர்வுப் பயிற்சியை (ஆழ்ந்த சுவாசம், தியானம் மற்றும் யோகா) தினமும்

மேற்கொள்ள வேண்டும். இது, நமது உடலையும் மனநிலையையும் சமநிலையில் வைத்திருக்க உதவும். அதிகாரப்பூர்வமற்ற இணையத்தில் உள்ள செய்திகளைப் படிப்பதிலிருந்தும் சமூக ஊடகங்களிலிருந்தும் விலகி இருப்பது நல்லதாகும். ஏனென்றால், இந்த நோய் தொடர்பாக, நிறைய தவறான தகவல்களும் வதந்திகளும் பரவிவருகின்றன. நம்மை பாதிக்கக்கூடிய செய்திகளைக் காண்பதையும் படிப்பதையும் தவிர்க்க வேண்டும். ஆனால், அடிப்படையான முக்கியச் செய்திகளை அறியக் குறிப்பிட்ட நேரம் ஒதுக்க வேண்டும். அதிகாரப்பூர்வமான இணைய தளங்களையும், சரியான செய்திகளை ஒளிப்பரப்பும் ஊடகங்களையும் அரசு வெளியிடும் தகவல்களையும் மட்டுமே மனதில் கொள்ள வேண்டும்.

இந்தச் சூழலில், பெற்றோர்கள் தங்கள் குழந்தைகளின் நடத்தையில் ஏற்படும் மாற்றங்களைக் கவனிப்பது மிக முக்கியமானதாகும். அவர்கள் சலிப்பு, எரிச்சல், அமைதியின்மை, பதற்றம், தனிமை உணர்வு, கவலைகளுடன் காணப்பட்டால் தகுந்த மன நல ஆலோசனைகளை வழங்க வேண்டும்.

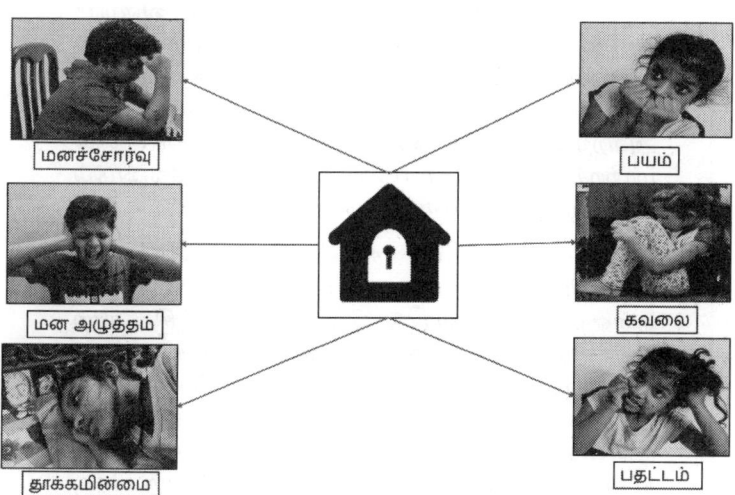

கொரோனா வைரஸ்

43

கோவிட்–19இன் பரவலால் சுற்றுப்புறச் சூழ்நிலையில் ஏற்பட்டுள்ள மாற்றங்கள் என்ன?

நாம், விலங்குகளையும் சுற்றுச்சூழலையும் பாதுகாக்கவும் சமநிலையைப் பராமரிக்கவும் வேண்டிய தருணம் இது. சுற்றுச்சூழல் மாசுபாடு என்பது “மனிதர்களின் நேரடி அல்லது மறைமுக நடவடிக்கைகள் மூலம் உயிர்க்கோளம் மாசுபடுவது” என வரையறுக்கப்படுகிறது. இது உலகளாவிய பிரச்சினையாகும். மேலும், இது வளர்ந்த, வளரும் நாடுகளுக்குப் பொதுவானதாகும். இந்த மாசுபாடு எதிர்காலத்தில் மிகக் கடுமையான விளைவுகளை ஏற்படுத்தும். தொற்றுநோய்கள் பரவுவதையும் அவற்றின் விளைவுகளையும் தடுப்பதற்கும்,காலநிலை மாற்றத்தையும் மாசுபாட்டையும் குறைக்க வேண்டும் என ஆய்வுகள் தெரிவிக்கின்றன.

வளிமண்டலம் கடல் வெப்பநிலையின் அதிகரிப்பு, பனிப்பாறைகள் உருகுவது, கடல் உப்புத் தன்மையின் மாறுபாடு, வெள்ளம், வறட்சி, சீரற்ற வருடாந்தர மழை, காற்று வீசும் திசையில் உள்ள மாறுபாடுகள், காட்டுத்தீ அபாயங்கள் போன்றவை நமது சுற்றுச்சூழலைப் பெருமளவு பாதிக்கின்றன. நகர்ப்புற–தொழில்துறை, தொழில்நுட்பப் புரட்சி யின் விளைவாகவும் சுற்றுச்சூழல் பெருமளவு மாசுபடுகிறது. மேலும், இயற்கை வளங்களை விரைவாகச் சுரண்டுவதும், தொழிற்சாலைக் கழிவுப் பொருட்களின் அதிகரிப்பும் சுற்றுச்சூழலை மாசுபடுத்துகின்றன. முக்கியமாக, சுற்றுச்சூழல் மாசுபாடு நமது நடத்தை மாற்றங்களுக்கும், அழற்சிகள், நோயெதிர்ப்பு மண்டலத்தின் செயல்பாடு குறைதல், ரத்த நாளங்களுக்குச்

சேதம், நரம்பு மண்டலத்தின் செயலிழப்பு ஆகியவற்றுக்கும் காரணமாகிறது. கார்பன் டை ஆக்சைடு, மீத்தேன், நைட்ரஜன் ஆக்சைடுகள், புளூரினேட்டட் வாயுக்கள் போன்ற "பசுமை இல்ல" வாயுக்கள், தொழில்துறை, விவசாயம், போக்குவரத்து, எரிசக்தி உற்பத்தி செய்யும் இடங்கள் ஆகியவற்றிலிருந்து வெளிப்பட்டுச் சூழலை மாசுபடுத்துகின்றன. கூடுதலாக, நைட்ரஜன் டை ஆக்சைடு, கார்பன் மோனாக்சைடு, சல்பர் டை ஆக்சைடு செறிவுகளின் அதிகரிப்பு ஆகியவையும், கோவிட்-19இன் பரவலுடன் தொடர்புடையதாகக் கண்டறியப்பட்டுள்ளன. குறிப்பாக, காலநிலை மாற்றம், மக்கள்தொகை வளர்ச்சி, விவசாய நிலங்கள் மற்றும் உள்கட்டமைப்புகளின் விரிவாக்கம் போன்றவை வனவிலங்குகள், பறவைகளின் வாழ்விடங்களைக் குறைக்கின்றன. இதனால், வனவிலங்குகள், பறவைகள், நம்முடன் தொடர்புகொள்ளும் வாய்ப்புகள் அதிகரிக்கின்றன. இதன் மூலம், இவைகளிடம் உள்ள கொடிய வைரஸ்கள் நமக்குப் பரவுவதற்கான வாய்ப்புக்கள் அதிகரிக்கின்றன.

கோவிட்-19இன் பரவலும் இறப்பு விகிதங்களும் காற்று மாசுபாட்டுடன் தொடர்புடையவை என்றும் தெரிகிறது. குறிப்பாக, காற்றில் உள்ள அதிகமான திடத்துகள்கள்

கொரோனா வைரஸ்

(2.5 முதல் 10 மைக்ரோ மீட்டர்வரை விட்டம் கொண்டவை) நமது ஆரோக்கியத்தில் பெரும் பாதிப்பை உண்டாக்குகின்றன. காற்றில் உள்ள 2.5 முதல் 10 மைக்ரோ மீட்டர்வரை விட்டம் கொண்ட, நாம் உள்ளிழுக்கக்கூடிய திடத்துகள்கள் மிகவும் ஆபத்தான விளைவுகளை ஏற்படுத்துகின்றன. காற்றின் வேகம், ஈரப்பதம், சுற்றுச்சூழலில் உள்ள நீர்த்துளிகளின் நிலைத்தன்மை போன்றவையும் இந்தத் தொற்றுப் பரவலைப் பாதிக்கும் காரணிகளாக உள்ளன. இந்த கோவிட்–19 நோய் மிக வெப்பமான, ஈரப்பதமான வானிலை உள்ள பகுதிகள் உட்பட, உலகின் அனைத்துப் பகுதிகளிலும் பரவியுள்ளதாக ஆய்வுகள் குறிப்பிடுகின்றன.

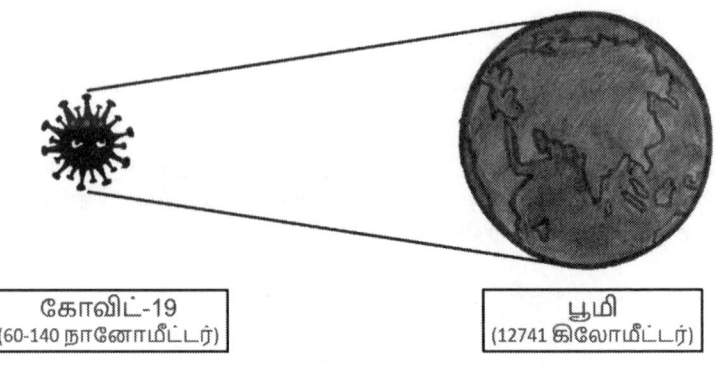

கோவிட்-19
(60-140 நானோமீட்டர்)

பூமி
(12741 கிலோமீட்டர்)

44

பயன்படுத்திய முகக்கவசங்கள் எவ்வாறு நமது சூழலைப் பாதிக்கின்றன?

கொரோனா வைரஸ் தொற்றால், உலக அளவில், ஒவ்வொரு நிமிடமும் 30 லட்சம் முகக் கவசங்கள்வரை பயன்படுத்தப்பட்டு அப்புறப் படுத்தப்படுகின்றன. இந்த கொரோனா வைரஸ் தொற்று வெடித்துப் பரவுவதற்கு முன்பே பிளாஸ்டிக் மாசுபாடு நமக்கு மிகப் பெரிய அச்சுறுத்தலாக இருந்துவந்தது. கடல்களில் குவியும் பிளாஸ்டிக் கழிவுகளின் அளவு, அடுத்த 20 ஆண்டுகளில் மூன்று மடங்காக உயரும் என்று கணிக்கப்பட்டுள்ளது. ஒவ்வொரு மாதமும், சுமார் 12,900 கோடி முகக்கவசங்களும் 6,500 கோடிக் கையுறைகளும் உலக அளவில் பயன்படுத்தப்பட்டுக் குப்பைகளாக மாறுகின்றன என நிபுணர்கள் கணக்கிட்டுள்ளனர். இவ்வாறு பயன்படுத்தப்படும் இந்தத் தொற்றுநோய் தொடர்பான பிளாஸ்டிக் கழிவுகள், நிலப்பரப்புகள், நீர்வழிகள் வழியாகப் பெருங்கடல்களில் சென்றடைகின்றன.

முகக் கவசங்கள், கையுறைகள், தனிப்பட்ட பாதுகாப்பு உபகரணங்கள் (Personal Protective Equipment – PPE) போன்றவை பிளாஸ்டிக் இழைகளிலிருந்து தயாரிக்கப்படுகின்றன. முக்கியமாக, மருத்துவ அறுவை சிகிச்சைக்கான முகக்கவசத்தைத் தயாரிப்பதில் பாலிப்ரொப்பிலீன் முக்கியப் பொருளாகப் பயன்படுத்தப்படுகிறது. மேலும், இந்த முகக்கவசம் தயாரிப்பில் பாலிஸ்டிரீன், பாலிகார்பனேட், பாலிஎதிலீன், பாலியஸ்டர் போன்ற பிற பாலிமர்களும் பயன்படுத்தப்படுகின்றன. இவை பயன்பாட்டிற்குப் பிறகு, நுண் பிளாஸ்டிக்குகள் (மைக்ரோ பிளாஸ்டிக்ஸ்), அதி

நுண் பிளாஸ்டிக்குகளாக (நானோ பிளாஸ்டிக்ஸ்) சிதைந்து சுற்றுச்சூழலை மாசுபடுத்துகின்றன. நாம் பயன்படுத்தும் ஒரு முகக்கவசம், தினமும் 1,73,000 மைக்ரோ பைபர்களை நீர்நிலைகளில் கலந்து மாசுபடுத்தும் திறன் கொண்டதாக உள்ளது. ஆராச்சியாளர்கள் அறுவை சிகிச்சை முகக்கவசம் மற்றும் N95 முகக்கவசத்தில் உள்ள பாலிப்ரொப்பிலினின் அளவு, முறையே 4.5 கிராம், 9 கிராம் எனப் பகுப்பாய்வு செய்து கண்டறிந்துள்ளனர். மேலும், அறுவை சிகிச்சை முகக்கவசத்தை நாம் சுமார் 3 மணிநேரம் மட்டுமே பயன்படுத்த முடியும் என்பது குறிப்பிடத்தக்கதாகும். சுமார், 75% பயன்படுத்தப்பட்ட முகக்கவசங்கள், நிலப்பரப்பலும் கடல்களிலும் கலந்து மிகப்பெரிய மாசுபாட்டை உருவாக்கும் என எதிர்பார்க்கப்படுகிறது.

இந்த மாசுபாட்டைத் தவிர்க்க, நாம் பிளாஸ்டிக் முகக்கவசங்களுக்கு மாற்றாக, மண்ணில் மக்கும் முகக்கவசங்களைப் பயன்படுத்த வேண்டும். பாலிப்ரொப்பிலீன் முகக்கவசங்களை ஒப்பிடுகையில், இந்த மக்கும் பிளாஸ்டிக் முகக்கவசம், கார்பன் டை ஆக்சைடு உமிழ்வை 50% – 70%வரை குறைக்கிறது என ஆய்வாளர்கள் கண்டறிந்துள்ளனர். பாலிசாக்கரைடுகள் (ஸ்டார்ச், லிக்னோசெல்லுலோஸ்), புரதங்கள், லிப்பிடுகள் போன்ற வேளாண் வளங்களிலிருந்து, நாம் இந்த மக்கும் பாலிமர்களைப் பெறலாம். மேலும், கற்றாழை, வைக்கோல், சணல், மக்காச்சோளம், கரும்பு போன்ற இயற்கை இழைகளைப் பயன்படுத்தியும் மட்கும் முகக்கவசங்களை உற்பத்தி செய்யலாம் என ஆராய்ச்சியாளர்கள் கண்டறிந்துள்ளனர்.

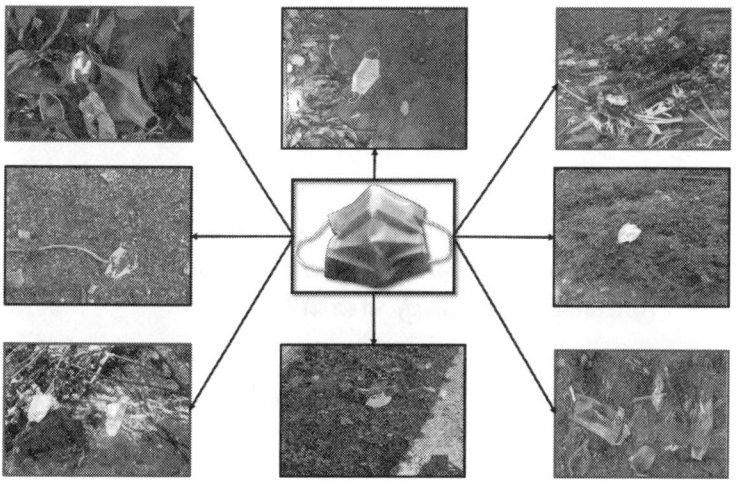

கொரோனா வைரஸ்

45

ஒலி மாசுபாட்டைக் குறைத்ததில் பொது முடக்கத்தின் பங்கு என்ன?

ஒலி மாசுபாடு என்பது மனிதர்கள், பிற உயிரினங்களின் ஆரோக்கியத்தையும், வாழ்வையும் பாதிக்கும் வகையில் ஏற்படும் ‘தேவையற்ற, பாதிக்கக் கூடிய’ ஒலியாகும். பொது முடக்கம் காரணமாகப் போக்குவரத்து கணிசமாகக் குறைந்ததில் ஒலி மாசுபாடு மிகப் பெருமளவு குறைந்துள்ளதாக ஆய்வுகள் குறிப்பிடுகின்றன. உதாரணமாக கான்பூரில், பொது முடக்கத்தால் சராசரி ஒலி அளவு, 79 dB இலிருந்து 38 dBஆகக் குறைந்திருப்பது கண்டறியப் பட்டது.

உலக சுகாதார அமைப்பு, காற்று, நீர் மாசுபாட்டிற்கு அடுத்து மிக மோசமான ஒன்றாக ‘ஒலி மாசுபாடு’ இருப்பதாகச் சொல்கிறது. நமது காதுகள் 120 dB டெசிபல்வரை மட்டுமே கேட்கும் திறன் கொண்டவை. ஒரு சாதாரண உரையாடல் 30–60 dB என்ற வரம்பிலேயே உள்ளது. எனவே, 90 dBக்கு மேல் எழும் “சத்தம்” நம் உள் காதுகளுக்குச் சேதத்தை விளைவிக்கக்கூடும். 120 dB க்கு மேல் உள்ள சத்தம் மீள முடியாத சேதத்தைத்கூடக் காது களுக்கு ஏற்படுத்துகிறது.

உலக அளவில், இந்த ஒலி மாசுபாட்டின் உற்பத்திக் களமாய், இயந்திரங்கள், ஒலிக் கருவிகள், மின் கருவிகள், கட்டுமானத் தளங்கள், போக்குவரத்து வாகனங்கள், தொழிற்ச்சாலைகள் ஆகியவை உள்ளன. ஒலி மாசுபாட்டால், உயர் ரத்த அழுத்தம், இதய நோய், ஹார்மோன் செயலிழப்பு, எரிச்சல், கவனச் சிதைவு, அறிவாற்றல் குறைபாடு,

காது கேளாமை, தூக்கக் கலக்கம், அதிக மன அழுத்தம் போன்றவை ஏற்படுகின்றன. ஒலி மாசுபாட்டால் இந்த உடல்நலப் பிரச்சினைகள் எல்லா வயதினரையும், குறிப்பாக குழந்தைகளை, மிகவும் பாதிக்கின்றன. பொது முடக்கத்தால் ஒலி மாசுபாடு பெருமளவு குறைந்திருப்பது நல்ல செய்தியாகும்.

பொதுமுடக்கம் பெருமளவு நீக்கப்பட்ட இன்றைய சூழலில் ஒலிமாசுபாடு மீண்டும் அதிகரித்திருக்கிறது.

46

உணவுக் கழிவுகளைக் குறைத்ததில் கோவிட்–19 பொது முடக்கத்தின் தாக்கம் என்ன?

உலக அளவில் 2019ஆம் ஆண்டில், 93 கோடி டன் உணவில் 17% குப்பைத் தொட்டிகளுக்குச் சென்றதாக உணவுக் கழிவுக் குறியீட்டு அறிக்கை குறிப்பிட்டுள்ளது. உலகில் 82 கோடி மக்களுக்குப் போதிய உணவு இல்லை என்றும், மற்றும் 300 கோடி மக்கள் ஆரோக்கியமான உணவை உண்பதில்லை என்றும் அது கூறுகிறது. நமது நாட்டில் மட்டும் வீட்டு உணவுக் கழிவுகளின் அளவு ஆண்டுக்குச் சுமார் 68,760,163 டன்கள்.

இந்த நோய்த்தொற்று, பெரும்பான்மையான நாடுகளில் உணவுக் கழிவுகளின் அளவைக் குறைத்துள்ளது. மக்கள் எளிதில் கெடாத உணவுப் பொருட்களை வாங்கியது, உணவுகளை வாங்குவதில் உள்ள தடங்கல்கள், உணவகங்கள், கடைகள் மூடப்பட்டிருந்தது ஆகிய காரணங்களால் மக்கள் உணவை வீணாக்காமல் இருந்துள்ளனர் எனத் தெரியவந்துள்ளது. இந்த உணவுக் கழிவுகள், பசுமை இல்ல வாயுக்களை [கார்பன் டை ஆக்சைடு, மீத்தேன்] உமிழ்ந்து சுற்றுச்சூழலைப் பெருமளவு மாசுபடுத்துகின்றன. இவை, நிலத்தடி நீரிலும் பெருமளவு மாசுபாட்டை ஏற்படுத்துகின்றன. உணவுக் கழிவு களைக் குறைப்பதால், பசுமை இல்ல வாயுக்களின் குறைவான வெளியேற்றம், நில வள மேம்பாடு, பணத்தை மிச்சப்படுத்துதல், மற்றவர்களுக்கு உணவு கிடைப்பதை உறுதி செய்தல் போன்ற நன்மைகள் ஏற்பட்டுள்ளன.

நம் நாட்டைப் பொறுத்தவரை திருமணங்கள் போன்ற சமூக நிகழ்வுகளில் பெருமளவு உணவு வீணாகிக்கொண்டிருந்தது. பொது முடக்க விதிகளால், இந்தச் சமூக நிகழ்வுகளில் கலந்துகொள்வோர் எண்ணிக்கை வெகுவாகக் குறைக்கப்பட்டது. அதனால் உணவு வீணடிப்பும் வெகுவாகக் குறைந்தது.

47

காற்று மாசுபாடு குறைந்ததில் கோவிட்–19 பொது முடக்கத்தின் பங்கு என்ன?

உலகப் பொருளாதார மன்றத்தின் (*World Economic Forum*) அறிக்கையின்படி, காற்று மாசுபாடு நமது ஆரோக்கியத்திற்கு மிகப்பெரிய அச்சுறுத்தலாக இருந்துவருகிறது. காற்று மாசுபாடு என்பது காற்றில் உள்ள திட, திரவத் துகள்கள், நச்சு வாயுக்களின் கலவையாகும். பொதுவாக, வாகனங்களிலிருந்து வெளிவரும் நச்சு வாயுக்கள், புதைபடிவப் பொருட்களை (*Fossil Fuels*) எரித்தல், மின் உற்பத்தி நிலையங்கள், தொழிற்சாலைகளிலிருந்து வெளியேறும் நச்சு வாயுக்கள், விவசாய நடவடிக்கைகள், நுண்ணுயிர்ச் சிதைவு, குப்பைகளைத் திறந்த வெளியில் எரித்தல், கட்டுமானம் சார்ந்த பொருட்கள், மகரந்தத் துகள்கள், எரிமலைகள், காட்டுத்தீ ஆகியவற்றால் காற்று மாசுபாடு ஏற்படுகிறது. தலைவலி, தலைச்சுற்றல், குமட்டல் போன்ற தற்காலிக விளைவுகளை இது ஏற்படுத்துகிறது. காற்று மாசுபாட்டின் நீண்டகால விளைவுகளாக இதய நோய், நுரையீரல் புற்றுநோய், சுவாச நோய்கள் ஆகியவை உள்ளன. காற்று மாசுபாடு, நரம்புகள், மூளை, சிறுநீரகங்கள், கல்லீரல், போன்ற பிற உறுப்புகளுக்கும் சேதத்தை ஏற்படுத்துகிறது. காற்று மாசுபாட்டினால் புவி வெப்பமயமாதல், பருவநிலை மாற்றம், அமில மழை, புகை விளைவு, விலங்கினங்களின் அழிவு எனக் கடுமையான விளைவுகள் சுற்றுச்சூழலில் உண்டாகின்றன.

உலக சுகாதார அமைப்பின் அறிக்கையின்படி, ஒவ்வொரு ஆண்டும் 50 லட்சம் மக்கள் காற்று மாசுபாட்டால் இறக்கின்றனர். குறிப்பாக, நமது நாட்டில் சுமார் 1.24 லட்சம் மக்கள் காற்று

மாசுபாட்டால் ஆண்டுதோறும் இறக்கின்றனர். உலக அளவில் 9% இறப்புகளுக்குக் காற்று மாசுபாடு காரணமாக இருக்கிறது. மனித ஆரோக்கியத்திற்கு மிகவும் தீங்கு விளைவிக்கும் காற்று மாசுபடுத்திகளில், நைட்ரஜன் டை ஆக்சைடு, சல்பர் டை ஆக்சைடு, வளிமண்டல திடத் துகள்கள் ஆகியவை குறிப்பிடத் தக்கவை பொதுமுடக்கம், போக்குவரத்து குறைப்பு, தொழிற்சாலைகளின் முடக்கம், தனிமைப்படுத்தலில் ஆகியவற்றின் காரணமாகக் காற்று மாசுபாடு பெருமளவு குறைந்துள்ளதாக ஆய்வில் தெரியவந்துள்ளது. குறிப்பாக, வளிமண்டலத்தில் உள்ள நச்சு வாயுக்களான கார்பன் சார்ந்த ஆக்சைடுகள் நைட்ரஜன் சார்ந்த ஆக்சைடுகள், சல்பர் சார்ந்த ஆக்சைடுகள், வளிமண்டல திடத் துகள்கள் ஆகியவை குறைந்துள்ளதாக ஆய்வுகள் கூறுகின்றன. 34 நாடுகளில், நைட்ரஜன் டை ஆக்சைடும் (60%), வளிமண்டல திடத் துகள்களின் அளவும் (31%) குறைந்துள்ளதாக ஆய்வுகள் குறிப்பிடுகின்றன.

முன்பு மாசுபாடு நிறைந்த பல இடங்கள் பொதுமுடக்கத்தால் பசுமை மண்டலங்களாக மாறின. டெல்லியில் ஊரடங்கு அமல்படுத்தப்பட்ட காலங்களில் மட்டுமே காற்று மாசு கட்டுப்படுத்தப்பட்டதாகத் தெரிகிறது. டெல்லிக்கு அடுத்த இடத்திலிருந்த மும்பையிலும் இந்த முன்னேற்றம் ஏற்பட்டிருக்கிறது. தொழில்துறை செயல்பாடு, வாகனப் போக்குவரத்து இரண்டுக்கும் தடையிருப்பதால்தான் காற்று மாசுபாடு இவ்வளவு குறைந்திருக்கிறது. ஊரடங்குத் தளர்விற்குப் பின் அவை மீண்டும் அபாயக் கட்டத்தை நோக்கியே நகர்கின்றன. சீனாவின் தலைநகர் பெய்ஜிங் உள்ளிட்ட 338 நகரங்களில் காற்று மாசின் அளவு குறைந்துள்ளதாகத் தெரிவிக்கப்பட்டுள்ளது.

சுற்றுச்சூழல் நிலைத்தன்மையை மேம்படுத்த, நடந்து செல்லுதல், சைக்கிள் ஓட்டுதல் போன்ற முறைகள் ஊக்குவிக்கப்பட வேண்டும்.

48

நீர் மாசுபாடு குறைந்ததில் கோவிட்–19இன் பங்கு என்ன?

கடந்த இருபது ஆண்டுகளாக அதிகரித்த தொழில்மயமாக்கலாலும் மனிதர்களின் நடவடிக்கையாலும், நம் நீர்க்கோளம் மிகவும் மோசமாக மாசடைந்தது. நம்மைத் தவிர எந்த உயிரினமும் சுற்றுச்சூழலை இந்த அளவு மாசுபடுத்தியதில்லை. நீர் மாசுபாடு என்பது 'மனிதச் செயல்பாடுகளின் விளைவாக நீர்நிலைகள் மாசுபடுவதாகும்'. பூமியின் மேற்பரப்பில் உள்ள நீர் (70%) நமக்கும் சுற்றுச்சூழலுக்கும் மிக முக்கியமான வளமாகும். நமது உடலே சுமார் 70% தண்ணீரினால் ஆனது. நாம் நீர் அருந்தாமல் மூன்றுமுதல் ஐந்து நாட்கள்வரை மட்டுமே உயிர் வாழ முடியும். உடலிலிருந்து கழிவுகளை வெளியேற்றுவது, உடல் வெப்பநிலையை ஒழுங்குபடுத்துவது, செரிமானத்திற்கு என நீர், நம் உடலின் செயல்பாட்டில் முக்கியப் பங்கு வகிக்கிறது. ஐ.நா.வின் கூற்றுப்படி, ஒவ்வொரு ஆண்டும், ஐந்து வயதிற்குட்பட்ட சுமார் 2,97,000 குழந்தைகள் மோசமான சுகாதாரம், பாதுகாப்பற்ற குடிநீர் ஆகியவற்றுடன் தொடர்புடைய நோய்களால் இறக்கின்றனர்.

நீர் மாசுபாடு, உலகம் முழுவதும் உள்ள ஆறுகள், ஏரிகள், குளங்கள், கடல்கள் ஆகியவற்றைப் பெருமளவு பாதிக்கிறது. இதன் விளைவாக, மனித நலத்திற்கும் இயற்கை வளத்திற்கும் பாதிப்பு ஏற்படுகிறது. தொழிற்சாலை நச்சுக் கழிவுகள், கன உலோகங்கள், பிளாஸ்டிக் கழிவுகள், பெட்ரோலியப் பொருட்கள், விவசாயக் கழிவுகள், அமில மழை, எண்ணெய்க் கசிவுகள், யூட்ரோஃபிகேஷன், பிளாஸ்டிக் பொருட்கள், மக்கள்தொகை வளர்ச்சி, பூச்சிக்கொல்லிகள், உரங்களின் அதிகப்படியான

பயன்பாடு, கதிரியக்கப் பொருட்கள், நகரமயமாக்கல், நோயை உண்டாக்கும் கிருமிகள் உள்ளிட்ட பல்வேறு காரணிகளால் ஆறுகள், ஏரிகள், பெருங்கடல்கள் ஆகியவை மாசடைகின்றன. இந்த அசுத்தமான நீர், காலரா, வயிற்றுப்போக்கு, டைபாய்டு, அமீபியாசிஸ், ஹெபடைடிஸ் A போலியோ போன்ற நோய்களை ஏற்படுத்தும் நுண்ணுயிரிகளைக் கொண்டுள்ளது.

பொது முடக்கத்தால், தொழிற்சாலைகளிருந்து வெளியேறும் கழிவு நீர் கலக்காதலால், நமது நாட்டில் உள்ள நீர்நிலைகள் குறிப்பிடத்தக்க அளவு தூய்மை அடைந்துள்ளன. இந்தியாவில் கடுமையாக மாசுபட்ட நதியான கங்கை, 2020, மார்ச் 25 அன்று தொடங்கிய நாடு தழுவிய பொது முடக்கக் காலத்தில் சுத்தமாக மாறியது. மேலும், தண்ணீரில் ஆக்ஸிஜன் கரைவு (*Dissolved Oxygen*) அதிகரித்தும் நைட்ரேட் செறிவு குறைந்தும் உள்ளது. பக்தர்களின் எண்ணிக்கையும், தொழில்துறை கழிவுகளும் (500%) குறைந்ததால், பொது முடக்கக் காலத்தில், ஹரித்வார், ரிஷிகேஷ் பகுதிகளில் கங்கை ஆற்றின் தரம் திடீரென உயர்ந்ததாக ஆய்வுகள் குறிப்பிடுகின்றன. மேலும், பெரும்பாலான தொழிற்சாலைகள் மூடப்பட்டதனால் நீரின் பயன்பாடு சுமார் 20–30% ஆகக் குறைந்துள்ளது. உலகின் பல பகுதிகளிலும், தொழில்களும் மக்களின் நடவடிக்கைகளும் முடக்கபட்டுவிட்டதால், நீர்நிலை களில் பெரும் முன்னேற்றங்கள் ஏற்பட்டுள்ளன. மீன் பிடி தடையால், கடல் வாழ் உயிரினங்களின் எண்ணிக்கையும் பெருமளவு அதிகரித்துக் காணப்படுகிறது. இருந்தபோதிலும், தற்போது நாம் பயன்படுத்தும் முகக்கவசங்கள் நீர்நிலைகளில் பெரும் மாசுபாட்டை ஏற்படுத்திவருவது கவலைக்குரியதாகும்.

49

எதிர்காலத் தொற்றுநோய்களை எவ்வாறு நாம் தடுக்கலாம்?

பாலூட்டிகள், பறவை இனங்களில் இதுவரை கண்டுபிடிக்கப்படாத வைரஸ்களே அதிகமாக உள்ளன என ஆய்வில் தெரியவந்துள்ளது. அவற்றில் பெரும்பாலான வைரஸ்கள் மக்களைப் பாதிக்கும் திறன் உள்ளவை என்றும் கண்டறியப்பட்டுள்ளது. கடந்த 20 ஆண்டுகளில், ஆறு குறிப்பிடத்தக்க கொடிய நோய்த்தொற்றுகள் விலங்குகளிடமிருந்து மனிதர்களுக்குப் பரவியுள்ளன. அவை, சார்ஸ், மெர்ஸ், எபோலா, பறவைக் காய்ச்சல், பன்றிக் காய்ச்சல், கோவிட்–19 ஆகியவை ஆகும். எனவே, வனவிலங்குகளால் மனிதர்களுக்குப் பரவும் நோயை நாம் இன்னும் உன்னிப்பாகக் கவனிக்க வேண்டும். ஏறத்தாழ, 30% தொற்றுநோய்களுக்குக் காலநிலை மாற்றம், சட்டவிரோத வனவிலங்கு வர்த்தகம், காடழிப்பு, பல்லுயிர் இழப்பு, மனித–வனவிலங்கு தொடர்புகள், வனவிலங்கு வாழ்விடங்களை ஆக்கிரமித்தல் போன்றவை முக்கியக் காரணிகளாக உள்ளன.

உதாரணமாக, 1999இல் மலேசியாவில் முதன் முதலில் நிபா வைரஸ் வவ்வால்கள், பன்றிகளின் மூலம் மனிதர்களுக்கு பரவியது. இவை, காட்டில் உள்ள ஒரு பெரிய பன்றிப் பண்ணையிலிருந்துதான் பரவியது. பாதிக்கப்பட்ட பன்றிகளை மேய்த்த 250க்கும் அதிகமான நபர்களை இந்த வைரஸ் தாக்கியது. இதில் 100க்கும் மேற்பட்டோர் இறந்தனர். ஒவ்வொரு ஆண்டும் கொசுக்களால் பரவும் நோய்கள், உலக அளவில் சுமார் 10 லட்சம் மக்களைக் கொல்கின்றன, 70 கோடி மக்களை பாதிக்கின்றன என ஆய்வுகள் கூறுகின்றன. சமீபத்தில் சீனாவில்,

எலிகள் மூலம் பரவக்கூடிய ஹண்டா வைரஸ் என்ற வைரஸ் தொற்றால் ஒருவர் பலியாகியிருப்பது அதிர்ச்சிக்குள்ளாக்கி யிருக்கிறது. இந்த ஹண்டா வைரஸால் பாதிக்கப்பட்ட எலியின் எச்சில் அல்லது கழிவுகளைத் தொடும் ஒருவர், தனது கைகளைக் கழுவாமல், நேரடியாகத் தனது வாய், கண் மூக்குப் பகுதிகளைத் தொடும்போது அவருக்கு இந்த வைரஸ் பரவும் வாய்ப்புகள் அதிகமாக உள்ளன. ஆனால் மனிதர்களில் இந்த வைரஸ் ஒருவரிடமிருந்து மற்றொருவருக்கு எளிதாகப் பரவாது என்பது சற்று ஆறுதல் தரக்கூடிய செய்தி. நாம் இயற்கைக்கு விரோதமாக இல்லாமல் விலங்குகளில் உண்டாகும் வைரஸ்களை தொடர்ந்து கவனித்துவந்தோமானால், விலங்குகள் வழியாக வரக்கூடிய தொற்றுநோய்களைத் தவிர்க்கலாம்.

பூமியில் இதற்கு முன் நடந்த பேரழிவுகளையும் தொற்று நோய்களையும் எதிர்கொண்டு வென்றதைப் போலவே, நாம் அனைவரும் நம்பிக்கையுடன் இருந்து விரைவில் இந்தத் தொற்று நோயை வெல்ல வேண்டும். இதுவே கடைசித் தொற்றுநோயாக இருக்க வேண்டும் என்பதே அனைவரது விருப்பம் ஆகும்.

கோவிட்-19க்கு எதிராக நம்மைப் பாதுகாத்துக் கொள்வதற்கான சிறந்த வழி கைகளை அடிக்கடி சுத்தம் செய்வதும், முகக்கவசம் அணிவதும், கிருமிநாசினியைப் பயன்படுத்துவதும், சமூக இடைவெளியைப் பின்பற்றுவதுமே ஆகும். இவ்வாறு செய்வதன் மூலம் நாம் கைகளில் இருக்கும் வைரஸ்களை அகற்றி, கண்கள், வாய், மூக்கைத் தொடுவதன் மூலம் ஏற்படக்கூடிய தொற்றைத் தவிர்க்கலாம். ஒரு தொற்று அலை குறைந்துவரும்போது, பொது இடங்களில் மக்கள் முகக்கவசமின்றி இருப்பது தொற்றுப் பரவலை அதிகரிக்கும். நோய்த்தொற்று குறைவதை, நோய்த் தொற்று முடிந்து விட்டதாக நினைப்பது தவறாகும். இரண்டாவது அலை குறைந்துள்ளதே தவிர, இந்த நோய் இன்னும் முற்றுப்பெற வில்லை என்பதை நாம் நினைவில் கொள்ள வேண்டும்

இந்தத் தொற்றை தவிர்க்க, நாம் "3 C"க்களை கடைபிடிப்பது முக்கியம் ஆகும். முதல் C (crowd) என்பது கூட்டத்தைத் தவிர்ப்பது, இரண்டாவது C (closed place), மூடிய அறைக்குள் காற்றோட்டம் இல்லாமல் இருப்பதைத் தவிர்ப்பது, மூன்றாவது C (close contact) பாதிப்பு உள்ளவர்களை சீக்கிரம் கண்டறிந்து தனிமைப்படுத்துவது. நம்முடைய முன்னெச்சரிக்கை, பாதுகாப்பு நடவடிக்கைகளைத் தீவிரப்படுத்தினால் மட்டுமே இந்தத் தொற்று குறைவதற்கான வாய்ப்பு உள்ளது. இதன் தொடர்ச்சியாக, அடுத்த அலை வராமல் தவிர்க்கவும் முடியும்.

நல்ல காற்றோட்டமான சூழல், தனிமனித இடைவெளி, முகக்கவசம் அணிதல், கடைகளுக்குச் சென்று பொருட்கள் வாங்கிய பின்பு கிருமிநாசினி கொண்டு கைகளைக் கழுவுதல், தடுப்பூசி போட்டுக்கொள்ளுதல் போன்றவற்றைக் கட்டாயம் நாம் பின்பற்ற வேண்டும்.

50

இந்தப் பெருந்தொற்றுக்குப் பிறகு நமது வாழ்க்கை எப்படி இருக்கும்?

இந்தத் தொற்றுநோயும் இறுதியில் ஒரு முடிவுக்கு வரும். அப்போது நம்மைச் சுற்றியுள்ள உலகம் பெருமளவு மாறியிருக்கும். பலர் வைரஸால் பாதிக்கப்பட்டுள்ளதால், பலருக்கும் தடுப்பூசி போடப்பட்டிருப்பதால், சமூக நோயெதிர்ப்புக் கூட்டுத் திறன் இறுதியில் நம் இயல்பு வாழ்க்கையை மீண்டும் தொடங்க அனுமதிக்கும். வயதானவர்கள், தீவிர உடல்நிலைக் கோளாறுகளைத் கொண்டவர்கள், கோவிட்–19இல் இருந்து மீண்டு வந்த பிறகு சோர்வு, காய்ச்சல், சுவாசிப்பதில் சிரமம், இருமல், மூட்டு வலி, தசை வலி, தலை வலி, மனச்சோர்வு, பதற்றம், தலைச்சுற்றல் போன்ற உடல் உபாதைகளைச் சந்திக்க அதிக வாய்ப்புள்ளது. கோவிட்–19 தொற்றிலிருந்து மீண்ட பல நோயாளிகள், தொடர்ந்து சோர்வு, மறதி ஆகியவற்றால் பாதிக்கப்பட்டுவருகின்றனர். கோவிட்–19 வந்து குணமானவர்களில் சில நபர்கள் (சுமார் 25%), மூளை, நரம்பு மண்டல பாதிப்பைப் பெற்றிருக்கின்றனர். இந்நிலை "கோவிட்–19 மனத்திறன் குறைவு" (கோவிட்–19 பிரைன் ஃபாக்) எனக் குறிப்பிடப்படுகிறது. சுவை, வாசனை நுகர்வை இழந்த உணர்வு திரும்பி வரச் சிறிது காலம் பிடிக்கும் என்பதையும், இது நோயாளிகளுக்கு மன உளைச்சலை ஏற்படுத்துவதையும் காண்கிறோம். கோவிட்–19 மேலும் எந்த வகையியெல்லாம் எவ்வாறு மக்களைப்

பாதிக்கும் எனத் தெரியவில்லை. இதைப் பற்றிய ஆராய்ச்சிகள் நடந்துகொண்டிருக்கின்றன.

நாம் செய்ய வேண்டிய மிக முக்கியமான காரியங்களில் ஒன்று, கோவிட்-19 இருந்தால்கூட மருத்துவரின் ஆலோசனை யின்றி ஸ்டீராய்டுகளை எடுத்துக்கொள்ள கூடாது. ஸ்டீராய்டு என்பது நம் உடலிலுள்ள அட்ரினல் சுரப்பியால் சுரக்கப்படும் திரவம். நாம் உடல்நலக் குறைவுடன் இருக்கும்போதும் அதிக மன அழுத்தத்துடன் இருக்கும்போதும், நம் உடம்பிற்கு அதிக அளவு ஸ்டீராய்டு தேவைப்படுவதால், இதனைச் செயற்கையாக எடுத்துக்கொள்கிறோம். ஸ்டீராய்டுகள் நிச்சயமாகத் தவிர்க்கப்பட வேண்டும், ஏனென்றால் இது நமது நோயெதிர்ப்பு சக்தியைக் குறைக்கிறது. இந்த ஸ்டீராய்டுகள், வெள்ளை ரத்த அணுக்கள் செயல்படும் முறையைப் பாதித்து, நமது நோய் எதிர்ப்பு மண்டலத்தின் செயல்பாட்டைப் பெருமளவு குறைக்கின்றன. எனவே மோசமான பூஞ்சை அல்லது பாக்டீரியா தொற்று நோய்கள் தொற்ற வாய்ப்புள்ளது. கோவிட்-19இலிருந்து மீண்ட வுடன், எல்லாம் நன்றாக இருப்பதாக நினைக்கிறார்கள். ஆனால், அடுத்த ஓரிரு மாதங்களுக்கு கவனமாக இருக்க வேண்டும் என மருத்துவர்கள் கூறுகின்றனர். இந்தத் தொற்று இன்னும் முடிவடையவில்லை. மேலும், இந்த வைரஸ் தொற்றைக் கணிக்க முடியாது. எனவே, நாம் தனிமனித இடைவெளி, கை கழுவுதல், முகக்கவசம் அணிதல் போன்ற நோய்ப் பரவல் எதிர்ப்பு நடவடிக்கைகளைத் தொடர வேண்டும்.

References

1. Amalio *et al.* Nature. 2021.
2. Bhuiyan *et al.* Vaccine. 2021
3. Bintou *et al.* ACS Infectious Diseases. 2020.
4. Bloom *et al.* Science. 2021.
5. Brodeur *et al.* Progress in Neuro-Psychopharmacology and Biological Psychiatry. 2021
6. Carmen *et al.* Journal of Medicinal Chemistry. 2020.
7. Ceci *et al.* Nature communications. 2021
8. Chemaitelly *et al.* Nature Medicine. (2021).
9. Christie Aschwanden. Nature. 2021.
10. Domingo and Montse. Food and Chemical Toxicology. 2021
11. Dong *et al.* Journal of Affective Disorders, 2021
12. Feng *et al.* Analytical Chemistry. 2020
13. Gagan *et al.* Renewable and Sustainable Energy Reviews. 2021
14. Gralinski and Menachery. Viruses. 2020
15. Hanae *et al.* Annals of Medicine and Surgery. 2021
16. Kahil *et al.* Asian Journal of Psychiatry. 2021.
17. Karmacharya *et al.* ACS Applied Bio Materials. 2021.
18. Lai *et al.* International journal of Antimicrobial agents. 2020.
19. Lukas *et al.* ACS Nano. 2020.
20. Majumder and Ray. Scientific Reports. 2021

21. Medhi *et al*. ACS Applied Nano Materials. 2020.
22. Michael *et al*. Nature Machine Intelligence. 2021
23. Michael. Nature. 2021
24. Namdev *et al*. Measurement: Sensors. 2021
25. Pyrc *et al*. Review of Anti-infective Therapy. 2007
26. Richardson *et al*. The Lancet. 2020
27. Russell *et al*. ACS Sensors. 2020.
28. Saei *et al*. Journal of Proteome Research. 2020
29. Salian *et al*. Molecular Pharmaceutics. 2021
30. Talib and Dimitris. Journal Physics of Fluids. 2021.
31. Thierry *et al*. ACS Sensors. 2020.
32. Udugama *et al*. ACS Nano. 2020.
33. Verma *et al*. ACS Chemical Neuroscience. 2020.
34. Wang *et al*. BioScience Trends. 2020
35. Wang *et al*. Preventive Medicines. 2021
36. Weiss *et al*. ACS Nano. 2020.
37. Wu *et al*. ACS Applied Nano Materials. 2020.
38. Wu *et al*. Nature. 2020
39. www.cdc.gov
40. www.hopkinsmedicine.org
41. www.medicalnewstoday.com
42. www.who.int/emergencies/diseases/novel-coronavirus-2019
43. Xun *et al*. Nature Communications. 2021
44. Yuan *et al*. ACS Infectious Diseases. 2020.
45. Zhong *et al*. The Lancet. 2003.

46. Zinellu *et al*. Advances in Medical Sciences. 2021
47. S. Taylor (2019). *The Psychology of Pandemics: Preparing for the Next Global Outbreak of Infectious Disease*. Cambridge scholars publishing.
48. S.K. Saxena (2020). *Coronavirus Disease 2019 (COVID-19) epidemiology, Pathogenesis, Diagnosis, and Therapeutics*. Springer publications.
49. J. Mercola and R. Cummins (2021). *The Truth About COVID-19: Exposing The Great Reset, Lockdowns, Vaccine Passports, and the New Normal.* Chelsea Green Publishing Company.
50. R. Horton (2021). *The COVID-19 Catastrophe: What's Gone Wrong and How to Stop It Happening Again.* Polity; 2nd edition.